SÁCH NẤU ĂN HÒN ĐẢO TUYỆT VỜI

100 Công Thức Nấu Ăn Từ Quần Đảo Ấn Độ Dương, Đại Tây Dương Và Thái Bình Dương

Tiên Ánh

Tài liệu bản quyền ©2024

Đã đăng ký Bản quyền

Không phần nào của cuốn sách này được phép sử dụng hoặc truyền đi dưới bất kỳ hình thức nào hoặc bằng bất kỳ phương tiện nào mà không có sự đồng ý bằng văn bản thích hợp của nhà xuất bản và chủ sở hữu bản quyền, ngoại trừ những trích dẫn ngắn gọn được sử dụng trong bài đánh giá. Cuốn sách này không nên được coi là sự thay thế cho lời khuyên về y tế, pháp lý hoặc chuyên môn khác.

MỤC LỤC

- MỤC LỤC 3
- GIỚI THIỆU 7
- ĐẠI TÂY DƯƠNG 8
  - 1. Cá hồi tươi Đại Tây Dương xào 9
  - 2. Paella hải sản Đại Tây Dương 11
  - 3. Thieboudienne/Chebu jën 13
  - 4. Súp nghêu New York cổ điển 16
  - 5. Tacos cá tuyết Đại Tây Dương 18
  - 6. Hào nướng 20
  - 7. tôm sherry 22
  - 8. Bánh Cua Xanh Đại Tây Dương 24
  - 9. Bánh mì nướng tôm 26
  - 10. Kebab cá kiếm Đại Tây Dương 28
  - 11. Gói bữa sáng rau bina và Feta 30
  - 12. Xa lát cá ngừ Địa Trung Hải và đậu trắng 32
  - 13. nướng cá hồi 34
  - 14. Ceviche cá xanh Đại Tây Dương 36
  - 15. Tôm và rau bina xào 38
  - 16. Hỗn hợp đường mòn 40
  - 17. Cá hồi Đại Tây Dương nướng 42
  - 18. Món nghêu Đại Tây Dương 44
  - 19. Tôm hùm cuộn Đại Tây Dương 46
- THÁI BÌNH DƯƠNG 48
  - 20. Bát Ahi Thái Bình Dương 49
  - 21. Tacos cá bơn Thái Bình Dương 51
  - 22. Xiên Teriyaki cá hồi Thái Bình Dương 53
  - 23. Xa lát cua Dungeness Thái Bình Dương 55
  - 24. Paella Thái Bình Dương 57
  - 25. Ceviche cá trắng 59
  - 26. Ceviche ướp cay 61
  - 27. Ceviche nghêu đen 63

28. Trucha a la Plancha/Cá hồi nướng 65
29. Parihuela/Súp hải sản 67
30. Cháo tôm 70
31. Cháo cá 73
32. Cơm hải sản 76
33. Cá ngâm 79
34. Pudding ngô tím 82
35. Trà Coca 84
36. Bánh pudding diêm mạch 86
37. Chuối chiên 88
38. Khoai tây chiên Yuca 90
39. Đậu Lima sốt ngô 92
40. Món cừu hầm 94
41. Adobo/Thịt lợn hầm 97
42. Tim Bò Nướng xiên 99

ẤN ĐỘ DƯƠNG 101

43. Chevda 102
44. Tiếng Kenya Nyama Choma 105
45. cá hầm 107
46. Loại bia có mùi rừng 109
47. Trứng tráng Masala 111
48. Ch ai Mát hơn 113
49. Paratha nhồi súp lơ 115
50. Bánh mì Nhồi Rau Bina 117
51. Bánh mỳ mặn nhân hạt điều 119
52. Sôcôla nóng có gia vị Chai 121
53. Bánh crepe bột đậu xanh 123
54. Kem bánh mì lúa mì 125
55. Món đậu phụ Masala 127
56. Bánh xèo ngọt 129
57. Cháo Chai Sữa 131
58. Bắp rang bơ có gia vị 133
59. Hạt Masala nướng 135
60. Hạt điều và hạnh nhân rang tẩm gia vị Chai 137
61. Bánh chay nướng 139
62. Hạt rang tẩm gia vị Chai 141

63. Cà tím nướng nhúng	143
64. Bánh khoai lang cay	146
65. Bánh mì kẹp xa lát chay của Sharon	149
66. Sữa chua đậu nành Raita	151
67. Đậu hũ tẩm gia vị và cà chua	153
68. Băm khoai tây thì là	155
69. Khoai tây băm hạt mù tạt	157
70. Bắp cải với hạt mù tạt và dừa	159
71. Đậu que với khoai tây	161
72. Cà tím với khoai tây	163
73. Cà ri rau củ cơ bản	166
74. Rau mầm Masala Brussels	168
75. Củ cải với hạt mù tạt và dừa	170
76. Bí Masala bào	172
77. Đậu bắp nứt nẻ	174
78. Súp xanh gia vị	176
79. Cà ri khoai tây, súp lơ và cà chua	178
80. Súp đậu lăng gia vị	180
81. Súp cà chua và thì là	182
82. Súp bí ngô gia vị	184
83. Rasam cà chua cay	186
84. Súp rau mùi và bạc hà	188
85. Cà ri bí ngô với hạt cay	190
86. Cà ri cá me	192
87. Cá hồi nấu cà ri vị nghệ tây	194
88. Cà ri đậu bắp	196
89. Cà ri dừa rau củ	198
90. Cà ri bắp cải	200
91. Cà ri súp lơ	202
92. Cà ri súp lơ và khoai tây	204
93. Cà ri bí ngô	206
94. Rau xào	208
95. Cà ri cà chua	210
96. Cà ri bầu trắng	212
97. Cà ri đậu lăng và rau củ trộn	214
98. Nước Dứa-Gừng	216
99. Nước ép chanh dây	218

100. CÁ RÔ PHI CHIÊN 220
PHẦN KẾT LUẬN **222**

GIỚI THIỆU

Bắt tay vào hành trình ẩm thực xuyên qua các đại dương rộng lớn và đa dạng với "Sách Nấu Ăn Hòn Đảo Tuyệt Vời", một bộ sưu tập mang đến cho bạn 100 công thức nấu ăn tinh tế từ các đảo Ấn Độ Dương, Đại Tây Dương và Thái Bình Dương. Cuốn sách nấu ăn này là tấm hộ chiếu để bạn tiếp cận với vô số hương vị phong phú tạo nên những kỳ quan ẩm thực của những hòn đảo nằm rải rác trên những đại dương hùng vĩ này. Hãy tham gia cùng chúng tôi để tôn vinh sự đa dạng, truyền thống và trải nghiệm ẩm thực độc đáo đã khiến ẩm thực đảo trở thành một kho báu thực sự.

Hãy hình dung những bãi biển ngập nắng, âm thanh nhịp nhàng của sóng biển và những khu chợ sôi động chứa đầy những nguyên liệu nhiệt đới tươi ngon. " Sách Nấu Ăn Hòn Đảo Tuyệt Vời " không chỉ là một bộ sưu tập các công thức nấu ăn; đó là sự khám phá những hương vị riêng biệt nảy sinh từ sự hội tụ của các nền văn hóa, cảnh quan và sự hào phóng của đại dương. Cho dù bạn đang mơ về những món ăn đầy gia vị từ Ấn Độ Dương, hải sản ngon từ các đảo Đại Tây Dương hay hương vị nhiệt đới của các đảo Thái Bình Dương, những công thức nấu ăn này được tạo ra để đưa bạn đến trung tâm cuộc sống trên đảo.

Từ món cà ri thơm ngon đến bữa tiệc hải sản nướng, từ cocktail giải khát đến món tráng miệng hấp dẫn, mỗi công thức là sự tôn vinh di sản ẩm thực độc đáo của các hòn đảo. Cho dù bạn đang lên kế hoạch cho một bữa tiệc nhiệt đới, tái tạo lại những bữa ăn yêu thích trong kỳ nghỉ hay chỉ đơn giản là tìm cách thêm một chút nét tinh tế của hòn đảo vào thực đơn hàng ngày của mình, "Sách dạy nấu ăn Ultimate Hòn đảo" là nguồn tài nguyên cần thiết để bạn ghi lại bản chất của cuộc sống trên đảo trong cuộc sống của mình. phòng bếp.

Hãy tham gia cùng chúng tôi khi chúng tôi lặn xuống đại dương, khám phá những nền văn hóa sôi động của cuộc sống trên đảo và thưởng thức những hương vị đặc biệt khiến ẩm thực trên đảo trở thành một trải nghiệm khó quên. Vì vậy, hãy thu thập các loại gia vị kỳ lạ của bạn, đón nhận sự tươi mát của trái cây nhiệt đới và bắt đầu cuộc hành trình ẩm thực thông qua " Sách Nấu Ăn Hòn Đảo Tuyệt Vời ".

ĐẠI TÂY DƯƠNG

1. Cá hồi tươi Đại Tây Dương xào

THÀNH PHẦN:
- 3 Phi lê cá hồi
- 1 muỗng canh Bơ
- ¼ thìa cà phê muối
- ½ cốc Bột dày dạn
- 1 muỗng canh Cà chua thái hạt lựu
- 1 muỗng canh Hành lá thái hạt lựu
- 1 muỗng canh Nấm thái lát
- 2 muỗng canh Rượu nấu trắng
- ½ Nước cốt của một quả chanh nhỏ
- 2 muỗng canh Bơ mềm

HƯỚNG DẪN:

a) Cắt cá hồi thành lát mỏng. Nêm cá hồi với muối và lăn qua bột mì.

b) Chiên nhanh bơ ở mỗi mặt rồi vớt ra. Thêm nấm thái lát, cà chua, hành lá, nước cốt chanh và rượu vang trắng.

c) Giảm nhiệt trong khoảng 30 giây. Khuấy bơ và dùng nước sốt lên cá hồi.

2.Paella hải sản Đại Tây Dương

THÀNH PHẦN:
- 1 chén gạo Arborio
- 1/2 lb tôm, bóc vỏ và bỏ chỉ
- 1/2 lb trai, làm sạch
- 1/2 lb mực, làm sạch và thái lát
- 1 củ hành tây, thái hạt lựu
- 2 quả cà chua, xắt nhỏ
- 3 tép tỏi, băm nhỏ
- 2 chén nước luộc gà
- 1 muỗng cà phê sợi nghệ tây
- 1/2 thìa cà phê ớt bột xông khói
- Muối và hạt tiêu cho vừa ăn

HƯỚNG DẪN:
a) Trong chảo paella, xào hành và tỏi cho đến khi mềm.
b) Thêm cà chua, gạo, nghệ tây và ớt bột vào, khuấy đều trong 2 phút.
c) Đổ nước luộc gà vào và đun nhỏ lửa.
d) Xếp tôm, trai và mực lên trên cơm.
e) Đậy nắp và nấu cho đến khi cơm mềm và hải sản chín đều.

3. Thieboudienne/Chebu jën

THÀNH PHẦN:
- 2 pound Cá nguyên con (hoặc phi lê, xem các biến thể), đã làm sạch
- 1/4 chén mùi tây, thái nhỏ
- 2 hoặc 3 quả ớt cay, thái nhỏ
- 2 hoặc 3 tép tỏi, băm nhỏ
- Muối và tiêu, để nêm
- 1/4 chén đậu phộng, dầu cọ đỏ hoặc dầu thực vật
- 2 củ hành tây, xắt nhỏ
- 1/4 cốc bột cà chua
- 5 cốc nước dùng hoặc nước
- 3 củ cà rốt, cắt thành từng khoanh
- 1/2 đầu bắp cải, cắt thành từng múi
- 1/2 pound Bí ngô hoặc bí mùa đông, gọt vỏ và cắt khối
- 1 cà tím, cắt hạt lựu
- 2 chén cơm
- Muối và tiêu, để nêm
- 3 quả chanh, cắt thành múi

HƯỚNG DẪN:

a) Rửa sạch cá từ trong ra ngoài bằng nước mát rồi lau khô. Cắt ba đường chéo sâu khoảng 1/2 inch ở mỗi bên của cá. Trộn rau mùi tây cắt nhỏ, ớt chuông, tỏi, muối, tiêu rồi nhồi hỗn hợp (gọi là roff) vào các vết rạch trên cá.

b) Đun nóng dầu trong nồi lớn, sâu lòng trên ngọn lửa vừa cao. Chiên cá vàng đều hai mặt trong dầu nóng rồi vớt ra đĩa.

c) Thêm hành tây xắt nhỏ vào dầu nóng và xào cho đến khi chín và bắt đầu chuyển sang màu nâu, từ 5 đến 7 phút. Khuấy bột cà chua và khoảng 1/4 cốc nước và nấu thêm 2 đến 3 phút nữa.

d) Khuấy nước kho hoặc nước, cà rốt, bắp cải, bí ngô và cà tím rồi đun trên lửa vừa trong 35 đến 45 phút hoặc cho đến khi rau chín và mềm. Thêm cá chín vào và đun nhỏ lửa thêm khoảng 15 phút nữa. Lấy cá, rau củ và khoảng 1 chén nước dùng ra đĩa, đậy nắp lại rồi cho vào lò nướng ấm.

e) Lọc phần nước dùng còn lại, loại bỏ chất rắn. Thêm đủ nước vào nước dùng để tạo thành 4 cốc và đun nóng lại. Đun sôi nước dùng, cho cơm vào, nêm muối và tiêu. Giảm nhiệt xuống mức vừa phải, đậy nắp và đun nhỏ lửa trong 20 phút hoặc cho đến khi cơm chín và mềm.

f) Trải cơm đã nấu chín ra một đĩa lớn, bao gồm cả những miếng giòn (xooñ) dính vào đáy chảo. Trải rau lên giữa cơm và đặt cá lên trên. Cuối cùng rưới nước dùng đã để sẵn lên trên. Ăn kèm với chanh. Ceebu jen theo truyền thống được ăn bằng tay từ một món ăn thông thường.

4.Súp nghêu New York cổ điển

THÀNH PHẦN:
- 2 lát thịt xông khói, cắt nhỏ
- 1 củ hành tây, xắt nhỏ
- 2 củ cà rốt, thái hạt lựu
- 2 cọng cần tây, thái hạt lựu
- 2 tép tỏi, băm nhỏ
- 1 muỗng cà phê húng tây khô
- 3 chén khoai tây thái hạt lựu
- 2 lon (mỗi lon 10 oz) nghêu cắt nhỏ với nước ép
- 1 lon (28 oz) cà chua nghiền
- 2 chén nước luộc gà hoặc rau
- Muối và hạt tiêu cho vừa ăn

HƯỚNG DẪN:

a) Trong nồi lớn, nấu thịt xông khói cho đến khi giòn. Thêm hành tây, cà rốt, cần tây và tỏi. Nấu cho đến khi rau mềm.

b) Khuấy húng tây, khoai tây, nghêu

5. Tacos cá tuyết Đại Tây Dương

THÀNH PHẦN:
- 1 lb phi lê cá tuyết Đại Tây Dương
- 1 cốc bột mì đa dụng
- 1 thìa cà phê ớt bột
- 1/2 thìa cà phê thì là
- 1 chén bắp cải thái nhỏ
- 1/2 chén cà chua thái hạt lựu
- 1/4 chén ngò xắt nhỏ
- chanh nêm
- Bánh ngô

HƯỚNG DẪN:
a) Trong một bát, trộn bột mì, bột ớt và thì là.
b) Nhúng phi lê cá tuyết vào hỗn hợp bột, rũ bỏ phần thừa.
c) Chiên cá tuyết trong dầu cho đến khi vàng nâu và chín.
d) Làm ấm bánh ngô và kết hợp bánh taco với cá tuyết, bắp cải, cà chua và ngò.
e) Ăn kèm với chanh.

6.Hào nướng

THÀNH PHẦN:
- 1 lít hàu tươi
- 1 chén bột mì
- 1/2 thìa cà phê muối
- 1/4 thìa cà phê tiêu đen
- 2 quả trứng, đánh bông
- 1/4 cốc sữa
- Dầu để chiên

HƯỚNG DẪN:
a) Rửa sạch hàu và lau khô bằng khăn giấy.
b) Trong một bát, trộn đều bột mì, muối và hạt tiêu.
c) Trong một tô khác, đánh đều trứng và sữa.
d) Nhúng hàu vào hỗn hợp bột, sau đó nhúng vào hỗn hợp trứng rồi lại nhúng vào hỗn hợp bột.
e) Đun nóng dầu trong chảo sâu lòng trên lửa vừa cao.
f) Chiên hàu trong dầu nóng cho đến khi vàng đều hai mặt.
g) Xả trên khăn giấy và dùng nóng.

7.tôm sherry

THÀNH PHẦN:
- ½ thanh bơ
- 5 tép tỏi, nghiền nát
- 1-1½ pound tôm; bóc vỏ và bỏ hạt
- ¼ cốc nước chanh tươi
- ¼ thìa cà phê tiêu
- 1 cốc sherry nấu ăn
- 2 muỗng canh rau mùi tây xắt nhỏ
- 2 thìa hẹ xắt nhỏ
- Muối để nếm

HƯỚNG DẪN:

a) Đun chảy bơ trong chảo trên lửa vừa. Thêm tỏi, tôm, nước cốt chanh và hạt tiêu.
b) Nấu khuấy đều cho đến khi tôm chuyển sang màu hồng (khoảng vài phút).
c) Thêm rượu sherry nấu ăn, rau mùi tây và hẹ. Đun sôi.
d) Ăn ngay trên cơm đã nấu chín.
e) Trang trí với chanh.

8.Bánh Cua Xanh Đại Tây Dương

THÀNH PHẦN:
- 1 lb thịt cua xanh Đại Tây Dương
- 1/2 chén vụn bánh mì
- 1/4 cốc sốt mayonaise
- 1 muỗng canh mù tạt Dijon
- 1 quả trứng, đánh bông
- 2 muỗng canh rau mùi tây xắt nhỏ
- Muối và hạt tiêu cho vừa ăn
- Nêm chanh để phục vụ

HƯỚNG DẪN:
a) Trong một bát, trộn thịt cua, vụn bánh mì, sốt mayonnaise, mù tạt, trứng, mùi tây, muối và tiêu.
b) Tạo thành hỗn hợp thành bánh cua.
c) Đun nóng dầu trong chảo rồi cho bánh cua vào chiên vàng đều hai mặt.
d) Ăn kèm với chanh.

9.Bánh mì nướng tôm

THÀNH PHẦN:
- 6 bánh nướng xốp kiểu Anh, nướng và chia đôi
- 4½ ounce tôm đóng hộp, để ráo nước
- 2½ thìa sốt mayonnaise
- Bột tỏi để nếm
- 1 thanh bơ thực vật
- 1 lọ phô mai KRAFT "tiếng Anh cổ"

HƯỚNG DẪN:
a) Trộn trên lửa và phết lên hai nửa bánh muffin.
b) Chiên cho đến khi vàng và cắt làm 4.
c) Bạn có thể làm điều này trước và đóng băng.

10. Kebab cá kiếm Đại Tây Dương

THÀNH PHẦN:
- 1 lb cá kiếm Đại Tây Dương, cắt thành khối
- 1 quả ớt chuông, cắt thành khối
- 1 củ hành đỏ, cắt thành khối
- cà chua cherry
- 1/4 chén dầu ô liu
- 2 thìa nước cốt chanh
- 2 thìa cà phê lá oregano khô
- Muối và hạt tiêu cho vừa ăn

HƯỚNG DẪN:
a) Làm nóng lò nướng ở nhiệt độ trung bình cao.
b) Xiên cá kiếm, ớt chuông, hành tím và cà chua bi vào xiên.
c) Trong một cái bát, trộn đều dầu ô liu, nước cốt chanh, lá oregano, muối và hạt tiêu.
d) Nướng kebab trong 8-10 phút, thỉnh thoảng quay và phết hỗn hợp dầu ô liu.
e) Ăn nóng.

11. Gói bữa sáng rau bina và Feta

THÀNH PHẦN:
- 2 quả trứng lớn
- 1 chén lá rau bina tươi
- 2 muỗng canh phô mai feta vụn
- 1 bánh tortilla làm từ lúa mì nguyên hạt
- 1 muỗng canh dầu ô liu
- Muối và hạt tiêu cho vừa ăn

HƯỚNG DẪN:
a) Đun nóng dầu ô liu trong chảo trên lửa vừa.
b) Thêm lá rau bina tươi và nấu cho đến khi héo.
c) Trong một cái bát, đánh trứng và cho vào chảo cùng với rau bina.
d) Rắc phô mai feta lên trứng và nấu cho đến khi hơi tan chảy.
e) Đặt hỗn hợp trứng và rau bina vào bánh tortilla làm từ lúa mì nguyên hạt, cuộn lại và dùng làm lớp bọc.

12. Xa lát cá ngừ Địa Trung Hải và đậu trắng

THÀNH PHẦN:
- 1 lon (6 ounce) cá ngừ ngâm nước, để ráo nước
- 1 lon (15 ounce) đậu trắng, để ráo nước và rửa sạch
- ½ chén cà chua bi, cắt đôi
- ¼ chén hành đỏ, thái nhỏ
- 2 muỗng canh húng quế tươi, xắt nhỏ
- 2 muỗng canh dầu ô liu nguyên chất
- 1 muỗng canh giấm rượu vang đỏ
- 1 tép tỏi, băm nhỏ
- Muối và hạt tiêu cho vừa ăn

HƯỚNG DẪN:
a) Trong một cái bát, trộn cá ngừ đã ráo nước, đậu trắng, cà chua bi, hành tím và húng quế tươi.
b) Trong một bát nhỏ, trộn đều dầu ô liu, giấm rượu vang đỏ, tỏi băm, muối và tiêu.
c) Rưới nước sốt lên món xa lát và trộn đều.
d) Phục vụ món xa lát cá ngừ Địa Trung Hải và đậu trắng này như một bữa trưa ngon miệng và giàu protein.

13. nướng cá hồi

THÀNH PHẦN:
ĐỐI VỚI CÁ HỒI NƯỚNG:
- 2 phi lê cá hồi (mỗi miếng 6 ounce)
- 2 tép tỏi, băm nhỏ
- 2 muỗng canh dầu ô liu nguyên chất
- 1 quả chanh, ép lấy nước
- 1 thìa cà phê lá oregano khô
- Muối và hạt tiêu cho vừa ăn

ĐỐI VỚI MÓN XA LÁT HY LẠP:
- 1 quả dưa chuột, thái hạt lựu
- 1 cốc cà chua bi, giảm một nửa
- ½ củ hành đỏ, thái nhỏ
- ¼ chén ô liu Kalamata, bỏ hạt và thái lát
- ¼ chén phô mai feta vụn
- 2 muỗng canh dầu ô liu nguyên chất
- 2 muỗng canh giấm rượu vang đỏ
- 1 thìa cà phê lá oregano khô
- Muối và hạt tiêu cho vừa ăn

HƯỚNG DẪN:
ĐỐI VỚI CÁ HỒI NƯỚNG:
a) Làm nóng lò ở nhiệt độ 375°F (190°C).
b) Trong một bát nhỏ, trộn tỏi băm, dầu ô liu nguyên chất, nước cốt chanh, lá oregano khô, muối và hạt tiêu.
c) Đặt phi lê cá hồi lên khay nướng có lót giấy da.
d) Quét cá hồi với hỗn hợp chanh và tỏi.
e) Nướng trong 15-20 phút hoặc cho đến khi cá hồi bong ra dễ dàng bằng nĩa.

ĐỐI VỚI MÓN XA LÁT HY LẠP:
f) Trong một bát xa lát lớn, kết hợp dưa chuột thái hạt lựu, cà chua bi, hành tây đỏ, ô liu Kalamata và phô mai feta vụn.
g) Trong một bát nhỏ, trộn dầu ô liu nguyên chất, giấm rượu vang đỏ, lá oregano khô, muối và hạt tiêu.
h) Rưới nước sốt lên món xa lát và trộn đều.
i) Phục vụ cá hồi nướng cùng với món xa lát Hy Lạp.

14. Ceviche cá xanh Đại Tây Dương

THÀNH PHẦN:
- 1 lb phi lê cá xanh Đại Tây Dương, thái hạt lựu
- 1 cốc nước cốt chanh
- 1 củ hành đỏ, thái nhỏ
- 1 quả dưa chuột, thái hạt lựu
- 1 jalapeño, bỏ hạt và băm nhỏ
- 1/4 chén ngò xắt nhỏ
- Muối và hạt tiêu cho vừa ăn
- Bánh Tortilla để phục vụ

HƯỚNG DẪN:
a) Kết hợp cá bluefish, nước cốt chanh, hành tây, dưa chuột, ớt jalapeño, ngò, muối và hạt tiêu vào tô.
b) Để trong tủ lạnh ít nhất 1 giờ để cá "nấu" trong nước cam quýt.
c) Ăn lạnh với bánh tortilla.

15.Tôm và rau bina xào

THÀNH PHẦN:

- 8 ounce tôm lớn, bóc vỏ và bỏ chỉ
- 2 muỗng canh dầu ô liu nguyên chất
- 2 tép tỏi, băm nhỏ
- 6 chén rau bina tươi
- ½ chén cà chua bi, cắt đôi
- 1 thìa nước cốt chanh
- ½ muỗng cà phê lá oregano khô
- Muối và hạt tiêu cho vừa ăn
- 1 đến 2 quả bí xanh cắt đôi theo chiều dọc, cắt thành ½ hình trăng
- 1 chén đậu xanh nấu chín từ đậu xanh đóng hộp, để ráo nước
- Phô mai Feta vụn (tùy chọn)
- Một nắm lá húng quế tươi, rách

HƯỚNG DẪN:

a) Trong chảo lớn, đun nóng dầu ô liu nguyên chất trên lửa vừa cao.
b) Thêm tỏi băm vào xào khoảng 30 giây cho đến khi có mùi thơm.
c) Thêm các lát bí xanh và nấu trong 3-4 phút hoặc cho đến khi chúng bắt đầu mềm và hơi nâu.
d) Đẩy bí xanh sang một bên chảo và thêm tôm vào.
e) Nấu khoảng 2-3 phút mỗi mặt hoặc cho đến khi chúng chuyển sang màu hồng và đục.
f) Thêm đậu xanh, cà chua bi và rau bina tươi vào chảo. Xào cho đến khi rau bina héo và cà chua mềm.
g) Rưới nước cốt chanh và rắc lá oregano khô, muối và tiêu.
h) Quăng để kết hợp và nấu thêm một phút.
i) Nếu muốn, hãy rắc vụn phô mai feta và lá húng quế tươi xé nhỏ trước khi dùng.

16. Hỗn hợp đường mòn

THÀNH PHẦN:
- 1 chén hạnh nhân sống
- 1 cốc hạt điều thô
- 1 cốc quả hồ trăn không muối
- ½ cốc mơ khô, xắt nhỏ
- ½ chén quả sung khô, xắt nhỏ
- ¼ chén nho khô vàng
- ¼ chén cà chua phơi nắng, xắt nhỏ
- 1 muỗng canh dầu ô liu
- ½ thìa cà phê thì là xay
- ½ thìa cà phê ớt bột
- ¼ thìa cà phê muối biển
- ¼ thìa cà phê tiêu đen

HƯỚNG DẪN:
a) Làm nóng lò nướng của bạn ở nhiệt độ 325°F (163°C).
b) Trong một tô lớn, trộn hạnh nhân, hạt điều và quả hồ trăn.
c) Trong một bát nhỏ, trộn đều dầu ô liu, thì là, ớt bột, muối biển và hạt tiêu đen.
d) Rưới hỗn hợp gia vị lên các loại hạt và trộn đều.
e) Trải các loại hạt đã tẩm gia vị lên khay nướng thành một lớp.
f) Nướng các loại hạt trong lò làm nóng trước khoảng 10-15 phút hoặc cho đến khi chúng được nướng nhẹ. Hãy nhớ thỉnh thoảng khuấy chúng để đảm bảo rang đều.
g) Sau khi các loại hạt được rang, hãy lấy chúng ra khỏi lò và để chúng nguội hoàn toàn.
h) Trong một tô trộn lớn, kết hợp các loại hạt rang với mơ khô cắt nhỏ, quả sung, nho khô vàng và cà chua phơi nắng.
i) Trộn mọi thứ lại với nhau để tạo ra hỗn hợp đường mòn Địa Trung Hải của bạn.
j) Bảo quản hỗn hợp đường mòn trong hộp kín để ăn vặt khi di chuyển.

17. Cá hồi Đại Tây Dương nướng

THÀNH PHẦN:
- 4 phi lê cá hồi Đại Tây Dương
- 2 muỗng canh dầu ô liu
- 2 tép tỏi, băm nhỏ
- 1 thìa cà phê vỏ chanh
- 1 thìa nước cốt chanh
- Muối và hạt tiêu cho vừa ăn

HƯỚNG DẪN:
a) Làm nóng lò nướng ở nhiệt độ trung bình cao.
b) Trong một bát nhỏ, trộn dầu ô liu, tỏi băm, vỏ chanh, nước cốt chanh, muối và hạt tiêu.
c) Quét hỗn hợp lên phi lê cá hồi.
d) Nướng cá hồi trong 4-5 phút mỗi mặt hoặc cho đến khi dễ dàng bong ra bằng nĩa.
e) Ăn nóng với các món ăn kèm yêu thích của bạn.

18. Món nghêu Đại Tây Dương

THÀNH PHẦN:
- 1 lb mì ống
- 2 tá nghêu Đại Tây Dương, đã chà sạch
- 3 muỗng canh dầu ô liu
- 4 tép tỏi, băm nhỏ
- 1/2 muỗng cà phê ớt đỏ
- 1/2 chén rượu trắng khô
- 1/4 chén mùi tây tươi xắt nhỏ
- Muối và hạt tiêu đen cho vừa ăn

HƯỚNG DẪN:
a) Nấu mì theo hướng dẫn trên bao bì.
b) Trong chảo lớn, đun nóng dầu ô liu rồi xào tỏi và ớt đỏ cho đến khi có mùi thơm.
c) Thêm nghêu và rượu trắng vào, đậy nắp và nấu cho đến khi nghêu mở miệng.
d) Cho mì đã nấu chín, mùi tây, muối và tiêu vào.
e) Phục vụ ngay lập tức.

19. Tôm hùm cuộn Đại Tây Dương

THÀNH PHẦN:
- 1 lb thịt tôm hùm Đại Tây Dương nấu chín, xắt nhỏ
- 1/4 cốc sốt mayonaise
- 2 thìa nước cốt chanh
- 2 cọng cần tây, thái nhỏ
- Muối và hạt tiêu cho vừa ăn
- Bánh mì xúc xích tách bơ và nướng

HƯỚNG DẪN:
a) Trong một bát, trộn thịt tôm hùm, sốt mayonnaise, nước cốt chanh, cần tây, muối và hạt tiêu.
b) Đổ hỗn hợp tôm hùm vào bánh nướng.
c) Phục vụ ngay để có trải nghiệm cuộn tôm hùm cổ điển.

THÁI BÌNH DƯƠNG

20.Bát Ahi Thái Bình Dương

THÀNH PHẦN:
- 1 lb cá ngừ ahi Thái Bình Dương tươi, cắt khối
- 1/4 chén nước tương
- 1 muỗng canh dầu mè
- 1 muỗng canh giấm gạo
- 1 thìa cà phê gừng xay
- 2 củ hành xanh, thái lát mỏng
- 1 quả bơ, thái hạt lựu
- 1 chén cơm sushi đã nấu chín
- Hạt mè để trang trí

HƯỚNG DẪN:

a) Trong một bát, trộn nước tương, dầu mè, giấm gạo và gừng bào sợi.

b) Nhẹ nhàng ném cá ngừ cắt khối vào nước sốt.

c) Xếp bát poke với cơm sushi, cá ngừ ướp, hành lá thái lát, bơ thái hạt lựu và rắc hạt vừng.

d) Phục vụ ngay lập tức.

21. Tacos cá bơn Thái Bình Dương

THÀNH PHẦN:
- 1 lb phi lê cá bơn Thái Bình Dương
- 1/2 chén bột mì
- 1 thìa cà phê ớt bột
- 1/2 thìa cà phê thì là
- 1 chén bắp cải thái nhỏ
- 1/2 chén dứa thái hạt lựu
- 1/4 chén ngò, xắt nhỏ
- chanh nêm
- Bánh ngô

HƯỚNG DẪN:
a) Trong một bát, trộn bột mì, bột ớt và thì là.
b) Nhúng phi lê cá bơn vào hỗn hợp bột, rũ bỏ phần thừa.
c) Chiên cá bơn trong dầu cho đến khi vàng nâu và chín.
d) Làm ấm bánh ngô và làm bánh tacos với cá bơn nấu chín, bắp cải thái nhỏ, dứa thái hạt lựu và ngò.
e) Ăn kèm với chanh.

22. Xiên Teriyaki cá hồi Thái Bình Dương

THÀNH PHẦN:
- 1 lb phi lê cá hồi Thái Bình Dương, cắt thành khối
- 1/4 chén nước tương
- 2 thìa mirin
- 1 thìa mật ong
- 1 thìa cà phê tỏi băm
- 1 thìa cà phê gừng xay
- Que gỗ ngâm nước

HƯỚNG DẪN:
a) Trong một cái bát, trộn đều nước tương, mirin, mật ong, tỏi và gừng để tạo thành sốt teriyaki.
b) Xiên các khối cá hồi vào xiên.
c) Nướng xiên, phết sốt teriyaki cho đến khi cá hồi chín.
d) Ăn nóng.

23. Xa lát cua Dungeness Thái Bình Dương

THÀNH PHẦN:
- 1 lb thịt cua Dungeness Thái Bình Dương nấu chín
- 1/2 chén sốt mayonaise
- 1 muỗng canh mù tạt Dijon
- 1 cọng cần tây, thái nhỏ
- 1 muỗng canh thì là tươi xắt nhỏ
- Muối và hạt tiêu cho vừa ăn
- Lá xà lách bơ để phục vụ

HƯỚNG DẪN:
a) Trong một bát, trộn thịt cua, sốt mayonnaise, mù tạt Dijon, cần tây, thì là, muối và tiêu.
b) Múc gỏi cua vào lá xà lách bơ.
c) Dùng lạnh.

24.Paella Thái Bình Dương

THÀNH PHẦN:
- 4 nửa ức gà không xương không da
- 1 thìa cà phê ớt bột
- 1 thìa cà phê muối
- ¼ thìa cà phê tiêu đen
- ¾ pound xúc xích Ý nhẹ
- 16 ounce cà chua đóng hộp, để ráo nước và cắt nhỏ (hoặc 20 quả cà chua phơi nắng, đóng gói trong dầu, để ráo nước và cắt nhỏ)
- 2 lon nước luộc gà
- ½ thìa cà phê bột nghệ
- ¼ thìa cà phê nghệ tây
- 2 chén cơm
- 1 củ hành lớn, cắt thành múi
- 2 tép tỏi, băm nhỏ
- 1 pound tôm vừa, bóc vỏ, bỏ chỉ và nấu chín
- 1 quả ớt xanh, cắt thành dải
- 10 con trai làm sạch, hấp chín

HƯỚNG DẪN:
a) Cắt ức gà thành dải ½ inch. Kết hợp ớt bột, muối và hạt tiêu đen trong một bát nhỏ. Thêm thịt gà vào và đảo đều cho đến khi tất cả gia vị ngấm vào thịt.
b) Cắt xúc xích thành miếng ¼ inch và bỏ vỏ.
c) Dùng khăn giấy thấm khô cà chua hoàn toàn nếu dùng cà chua phơi nắng. Thêm đủ nước vào nước luộc gà để tạo thành 3-¾ cốc. Đun sôi hỗn hợp này trong chảo 12 inch.
d) Khuấy nghệ, nghệ tây, gạo, hành tây, tỏi, thịt gà, xúc xích và cà chua.
e) Đậy chảo và đun nhỏ lửa trong 20 phút.
f) Lấy chảo ra khỏi bếp và cho tôm đã nấu chín và ớt xanh vào đảo đều. Nếu muốn, phủ hến lên trên.
g) Để yên paella cho đến khi thấm hết chất lỏng, khoảng 5 phút.

25. Ceviche cá trắng

THÀNH PHẦN:
- 1 pound phi lê cá trắng tươi (chẳng hạn như cá bơn hoặc cá hồng), cắt thành miếng vừa ăn
- 1 cốc nước cốt chanh tươi
- 1 củ hành đỏ nhỏ, thái lát mỏng
- 1-2 quả ớt rocoto hoặc habanero tươi, bỏ hạt và thái nhỏ
- ½ chén ngò tươi xắt nhỏ
- ¼ chén lá bạc hà tươi xắt nhỏ
- 2 tép tỏi, băm nhỏ
- Muối, để nếm
- Tiêu đen mới xay, vừa ăn
- 1 củ khoai lang, luộc và thái lát
- 1 bắp ngô đã luộc chín và bỏ hạt
- Lá rau diếp, để phục vụ

HƯỚNG DẪN:
a) Trong một chiếc bát không phản ứng, trộn các miếng cá với nước cốt chanh, đảm bảo cá được bao phủ hoàn toàn.
b) Để cá ướp trong tủ lạnh khoảng 20-30 phút cho đến khi cá chuyển sang màu đục.
c) Xả nước cốt chanh từ cá và loại bỏ nước ép.
d) Trong một bát riêng, trộn cá đã ướp với hành đỏ, ớt rocoto hoặc ớt habanero, ngò, bạc hà và tỏi. Nhẹ nhàng quăng để kết hợp.
e) Nêm muối và hạt tiêu đen mới xay cho vừa ăn. Điều chỉnh lượng ớt rocoto hoặc habanero tùy theo mức độ cay mà bạn mong muốn.
f) Để ceviche ướp trong tủ lạnh thêm 10-15 phút để hương vị hòa quyện với nhau.
g) Phục vụ món ceviche ướp lạnh trên một lớp lá rau diếp, trang trí bằng những lát khoai lang luộc và hạt ngô.

26.Ceviche ướp cay

THÀNH PHẦN:
- 1 pound phi lê cá tươi (chẳng hạn như cá bơn, cá bơn hoặc cá hồng), thái lát mỏng
- Nước cốt 3-4 quả chanh
- 2 muỗng canh bột ají amarillo
- 2 tép tỏi, băm nhỏ
- 1 muỗng canh nước tương
- 1 muỗng canh dầu ô liu
- 1 thìa cà phê đường
- Muối, để nếm
- Hương vị hạt tiêu
- Rau mùi tươi, cắt nhỏ để trang trí
- Hành tím, thái lát mỏng để trang trí
- Ớt Rocoto hoặc ớt đỏ, thái lát mỏng để trang trí

HƯỚNG DẪN:
a) Đặt phi lê cá thái lát mỏng vào đĩa nông.
b) Trong một cái bát, trộn nước cốt chanh, bột ají amarillo, tỏi băm, nước tương, dầu ô liu, đường, muối và tiêu. Đánh đều cho đến khi kết hợp tốt.
c) Đổ nước xốt lên cá, đảm bảo mỗi lát đều được phủ đều.
d) Để cá ướp trong tủ lạnh khoảng 10-15 phút. Độ chua của nước cốt chanh sẽ làm cá "nấu chín" một chút.
e) Xếp các lát cá đã ướp lên đĩa phục vụ.
f) Rưới một ít nước xốt lên cá để làm nước sốt.

27. Ceviche nghêu đen

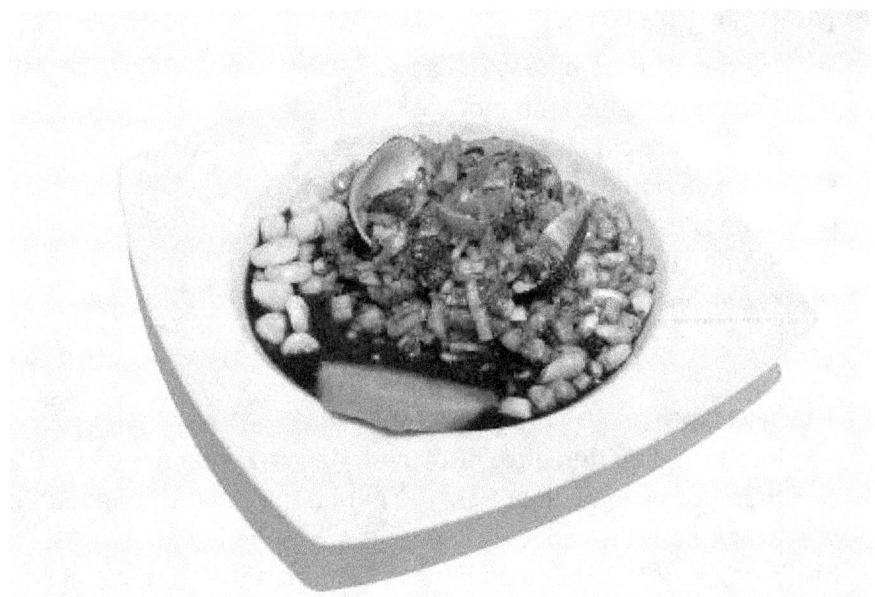

THÀNH PHẦN:
- 1 pound nghêu đen tươi (conchas negras), làm sạch và bóc vỏ
- 1 củ hành đỏ, thái lát mỏng
- 2-3 quả ớt rocoto hoặc ớt cay khác, thái nhỏ
- 1 cốc nước cốt chanh mới vắt
- ½ cốc nước cốt chanh mới vắt
- Muối để nếm
- Lá ngò tươi, xắt nhỏ
- Hạt ngô (tùy chọn)
- Khoai lang luộc và cắt lát (tùy chọn)
- Lá xà lách (tùy chọn)

HƯỚNG DẪN:
a) Rửa kỹ nghêu đen dưới nước lạnh để loại bỏ cát hoặc sạn. Cẩn thận bóc vỏ ngao, loại bỏ vỏ và giữ lại thịt. Chặt thịt nghêu thành từng miếng vừa ăn.
b) Trong một bát không phản ứng, kết hợp nghêu đen cắt nhỏ, lát hành tây đỏ và ớt rocoto hoặc ớt.
c) Đổ nước cốt chanh và chanh mới vắt lên hỗn hợp ngao, đảm bảo rằng tất cả nguyên liệu đều được bao phủ trong nước ép cam quýt. Điều này sẽ giúp "nấu" nghêu.
d) Nêm muối cho vừa ăn và trộn nhẹ nhàng mọi thứ.
e) Đậy bát bằng màng bọc thực phẩm và để trong tủ lạnh khoảng 30 phút đến 1 giờ. Trong thời gian này, axit từ nước ép cam quýt sẽ tiếp tục ướp và "nấu chín" nghêu.
f) Trước khi dùng, nếm ceviche và điều chỉnh gia vị nếu cần.
g) Trang trí với lá ngò tươi cắt nhỏ.
h) Tùy chọn: Ăn ceviche với hạt ngô luộc, khoai lang thái lát và lá rau diếp để tăng thêm kết cấu và các món ăn kèm.
i) Lưu ý: Điều quan trọng là phải sử dụng nghêu đen tươi và chất lượng cao cho món ceviche này. Đảm bảo nghêu có nguồn gốc từ các nhà cung cấp hải sản đáng tin cậy và được làm sạch đúng cách trước khi sử dụng.

28. Trucha a la Plancha/Cá hồi nướng

THÀNH PHẦN:
- 4 phi lê cá hồi, còn da
- 2 muỗng canh dầu thực vật
- Nước ép của 1 quả chanh
- Muối và hạt tiêu cho vừa ăn
- Các loại thảo mộc tươi (như rau mùi tây hoặc ngò), cắt nhỏ (tùy chọn)
- Nêm chanh để phục vụ

HƯỚNG DẪN:

a) Làm nóng lò nướng trước hoặc làm nóng chảo lớn trên lửa vừa cao.
b) Rửa sạch phi lê cá hồi dưới nước lạnh và thấm khô bằng khăn giấy.
c) Quét dầu thực vật lên cả hai mặt của phi lê cá hồi, đảm bảo chúng được phủ đều.
d) Nêm phi lê với muối, hạt tiêu và vắt nước cốt chanh vào cả hai mặt.
e) Đặt phi lê cá hồi, mặt da hướng xuống dưới, lên vỉ nướng hoặc chảo.
f) Nướng khoảng 3-4 phút mỗi mặt hoặc cho đến khi cá có màu đục và dễ dàng vẩy bằng nĩa. Da phải giòn và có màu nâu vàng.
g) Lấy phi lê cá hồi ra khỏi bếp và chuyển chúng vào đĩa phục vụ.
h) Rắc các loại thảo mộc tươi (nếu dùng) lên phi lê để tăng thêm hương vị và trang trí.
i) Dùng nóng Trucha a la Plancha/Cá hồi nướng, kèm theo chanh để ép lên cá.
j) Bạn có thể dùng kèm với rau hấp, cơm hoặc xa lát để hoàn thiện bữa ăn.

29.Parihuela/Súp hải sản

THÀNH PHẦN:
- 1,1 pound hải sản hỗn hợp (tôm, mực, trai, bạch tuộc, v.v.)
- 1,1 pound phi lê cá trắng (chẳng hạn như cá bơn, cá hồng hoặc cá tuyết)
- 1 củ hành tây, thái nhỏ
- 4 tép tỏi, băm nhỏ
- 2 quả cà chua, gọt vỏ và cắt nhỏ
- 2 muỗng canh bột cà chua
- 2 muỗng canh dầu thực vật
- 1 muỗng canh bột aji amarillo
- 4 chén nước luộc cá hoặc hải sản
- 1 chén rượu trắng
- 1 cốc nước
- 1 thìa cà phê thì là xay
- 1 thìa cà phê lá oregano khô
- ¼ chén rau mùi xắt nhỏ
- Muối và hạt tiêu cho vừa ăn

HƯỚNG DẪN:

a) Đun nóng dầu thực vật trong nồi lớn hoặc lò nướng Hà Lan trên lửa vừa.
b) Thêm hành tây xắt nhỏ và tỏi băm vào nồi và xào cho đến khi chúng trở nên trong suốt.
c) Khuấy cà chua xắt nhỏ và bột cà chua.
d) Nấu trong vài phút cho đến khi cà chua mềm.
e) Nếu sử dụng bột aji amarillo, hãy cho vào nồi và trộn đều với các nguyên liệu khác.
f) Đổ rượu trắng vào và đun nhỏ lửa trong vài phút để giảm độ cồn.
g) Thêm nước dùng cá hoặc hải sản và nước vào nồi. Đun sôi.
h) Cắt phi lê cá thành từng miếng vừa ăn rồi cho vào nồi.
i) Giảm nhiệt xuống thấp và để súp sôi trong khoảng 10 phút hoặc cho đến khi cá chín.
j) Cho hải sản đã trộn (tôm, mực, hến, bạch tuộc, v.v.) vào nồi và nấu thêm 5 phút nữa hoặc cho đến khi hải sản chín và mềm.
k) Nêm Parihuela/Súp hải sản với thì là xay, lá oregano khô, muối và tiêu. Điều chỉnh gia vị theo khẩu vị của bạn.
l) Rắc rau mùi cắt nhỏ lên trên súp và khuấy nhẹ.
m) Lấy nồi ra khỏi bếp và để yên trong vài phút trước khi dùng.
n) Dùng nóng Parihuela/Súp hải sản trong bát súp, kèm theo bánh mì giòn hoặc cơm chín.

30. cháo tôm

THÀNH PHẦN:
- 1 pound tôm, bóc vỏ và bỏ chỉ
- 1 muỗng canh dầu ô liu
- 1 củ hành tây, thái nhỏ
- 3 tép tỏi, băm nhỏ
- 1 thìa cà phê thì là xay
- 1 thìa cà phê lá oregano khô
- 2 muỗng canh ají amarillo dán (hoặc thay thế bằng tương ớt vàng)
- 2 chén nước luộc cá hoặc rau
- 1 cốc sữa đặc
- 1 chén hạt ngô đông lạnh
- 1 chén khoai tây thái hạt lựu
- 1 cốc cà rốt thái hạt lựu
- 1 cốc bí xanh thái hạt lựu
- ½ chén đậu Hà Lan
- ½ chén ớt chuông đỏ thái hạt lựu
- ½ chén ớt chuông xanh thái hạt lựu
- ¼ chén ngò tươi xắt nhỏ
- Muối và hạt tiêu cho vừa ăn
- 2 quả trứng, đánh bông
- Phô mai tươi, vụn, để trang trí
- Rau mùi tươi, cắt nhỏ để trang trí

HƯỚNG DẪN:

a) Trong một nồi lớn, đun nóng dầu ô liu trên lửa vừa.
b) Thêm hành tây xắt nhỏ và tỏi băm. Xào cho đến khi hành tây trở nên trong suốt và tỏi có mùi thơm.
c) Thêm thì là xay, lá oregano khô và bột ají amarillo vào nồi. Khuấy đều để kết hợp và nấu thêm một phút để giải phóng hương vị.
d) Thêm nước dùng cá hoặc rau và đun sôi. Giảm nhiệt xuống thấp và đun nhỏ lửa trong khoảng 10 phút để cho các hương vị hòa quyện với nhau.
e) Thêm sữa đặc, hạt ngô đông lạnh, khoai tây thái hạt lựu, cà rốt, bí xanh, đậu Hà Lan, ớt chuông đỏ, ớt chuông xanh và ngò cắt nhỏ vào nồi. Khuấy đều và nêm muối và hạt tiêu cho vừa ăn.
f) Đun sôi hỗn hợp trong khoảng 15 phút hoặc cho đến khi rau mềm.
g) Trong khi đó, trên một chảo riêng, xào tôm với một ít dầu ô liu cho đến khi tôm chuyển sang màu hồng và chín. Để qua một bên.
h) Khi rau đã mềm, từ từ đổ trứng đã đánh vào nồi đồng thời khuấy liên tục. Điều này sẽ tạo ra những dải trứng nấu chín trong suốt món súp.
i) Cho tôm đã luộc vào nồi và khuấy nhẹ tay cho hòa quyện. Để súp sôi thêm 5 phút nữa để hương vị hòa quyện.
j) Dùng nóng Chupe de Camarones/Shrimp Chowder, trang trí với phô mai tươi vụn và ngò tươi cắt nhỏ.

31.cháo cá

THÀNH PHẦN:
- 1 pound phi lê cá trắng (chẳng hạn như cá hồng, cá tuyết hoặc cá rô phi), cắt thành miếng vừa ăn
- 1 củ hành tây, thái nhỏ
- 3 tép tỏi, băm nhỏ
- 2 muỗng canh dầu thực vật
- 2 muỗng canh bột ají amarillo hoặc thay thế bằng ớt chuông vàng xay nhuyễn
- 2 chén nước luộc cá hoặc hải sản
- 2 cốc nước
- 2 củ khoai tây vừa, gọt vỏ và thái hạt lựu
- 1 chén hạt ngô đông lạnh
- 1 cốc sữa bay hơi
- 1 chén đậu Hà Lan tươi hoặc đông lạnh
- 1 chén phô mai vụn (chẳng hạn như mozzarella hoặc cheddar)
- 2 muỗng canh rau mùi tươi xắt nhỏ
- Muối và hạt tiêu cho vừa ăn
- Nêm chanh để phục vụ

HƯỚNG DẪN:

a) Trong một nồi lớn, đun nóng dầu thực vật trên lửa vừa.
b) Thêm hành tây xắt nhỏ và tỏi băm vào xào cho đến khi hành tây trong suốt và tỏi có mùi thơm.
c) Khuấy bột ají amarillo hoặc ớt chuông vàng xay nhuyễn và nấu trong một phút để hòa quyện hương vị.
d) Cho nước luộc cá hoặc hải sản và nước vào nồi rồi đun sôi.
e) Cho khoai tây thái hạt lựu vào nồi, giảm lửa xuống mức vừa phải và đun nhỏ lửa trong khoảng 10 phút hoặc cho đến khi khoai tây chín một phần.
f) Khuấy phi lê cá và hạt ngô đông lạnh. Đun nhỏ lửa thêm 5-7 phút nữa cho đến khi cá chín và ngô mềm.
g) Đổ sữa cô đặc vào và thêm đậu Hà Lan. Khuấy đều để kết hợp.
h) Nêm Chupe de Pescado/Fish Chowder với muối và hạt tiêu cho vừa ăn. Điều chỉnh gia vị khi cần thiết.
i) Rắc phô mai cắt nhỏ lên trên súp. Đậy nắp nồi và đun nhỏ lửa thêm 5 phút hoặc cho đến khi phô mai tan chảy và các hương vị hòa quyện vào nhau.
j) Nhấc nồi ra khỏi bếp và rắc ngò cắt nhỏ lên trên súp.
k) Dùng nóng Chupe de Pescado/Fish Chowder với lát chanh bên cạnh để ép lên súp.
l) Bạn có thể tự mình thưởng thức Chupe de Pescado/Fish Chowder hoặc ăn kèm với bánh mì hoặc cơm giòn.

32. Cơm hải sản

THÀNH PHẦN:
- 2 chén gạo trắng hạt dài
- 1 pound hải sản hỗn hợp (như tôm, mực, trai và sò điệp), được làm sạch và bỏ gân
- 2 muỗng canh dầu thực vật
- 1 củ hành tây, thái nhỏ
- 4 tép tỏi, băm nhỏ
- 1 quả ớt chuông đỏ, thái hạt lựu
- 1 cốc cà chua thái hạt lựu (tươi hoặc đóng hộp)
- 1 muỗng canh bột cà chua
- 1 chén nước dùng cá hoặc hải sản
- 1 chén rượu trắng (tùy chọn)
- 1 thìa cà phê thì là xay
- 1 thìa cà phê ớt bột
- ½ muỗng cà phê lá oregano khô
- ¼ thìa cà phê ớt cayenne (tùy chọn, để dùng nóng)
- ¼ chén ngò tươi xắt nhỏ
- ¼ chén mùi tây tươi xắt nhỏ
- Nước ép 1 quả chanh
- Muối, để nếm
- Hương vị hạt tiêu

HƯỚNG DẪN:

a) Xả gạo dưới nước lạnh cho đến khi nước trong.
b) Nấu cơm theo hướng dẫn trên bao bì và đặt sang một bên.
c) Trong chảo lớn hoặc chảo paella, đun nóng dầu thực vật trên lửa vừa.
d) Thêm hành tây xắt nhỏ, tỏi băm và ớt chuông đỏ thái hạt lựu.
e) Xào cho đến khi rau mềm và có mùi thơm.
f) Thêm hải sản đã trộn vào chảo và nấu cho đến khi chín một phần, khoảng 3-4 phút.
g) Lấy một vài miếng hải sản ra và để sang một bên để trang trí sau nếu muốn.
h) Khuấy cà chua thái hạt lựu, bột cà chua, nước luộc cá hoặc hải sản và rượu vang trắng (nếu dùng).
i) Đun nhỏ lửa hỗn hợp và nấu trong khoảng 5 phút để các hương vị hòa quyện với nhau.
j) Thêm thì là xay, ớt bột, lá oregano khô và ớt cayenne (nếu dùng). Khuấy để kết hợp.
k) Cho cơm đã nấu chín vào và trộn nhẹ nhàng với hải sản và nước sốt cho đến khi hòa quyện.
l) Nấu thêm 5 phút để gia vị hòa quyện.
m) Lấy chảo ra khỏi bếp và cho ngò cắt nhỏ, rau mùi tây cắt nhỏ và nước cốt chanh vào khuấy đều.
n) Nêm muối và hạt tiêu cho vừa ăn.
o) Trang trí món Arroz con Mariscos/Cơm hải sản với hải sản đã nấu chín và thêm các loại thảo mộc tươi nếu muốn.
p) Dùng nóng Arroz con Mariscos/Cơm hải sản, kèm theo một lát chanh và rắc ngò tươi hoặc rau mùi tây.

33. Cá ngâm

THÀNH PHẦN:

- 1 ½ pound phi lê cá trắng (chẳng hạn như cá hồng, cá rô phi hoặc cá tuyết)
- ½ chén bột mì đa dụng
- Muối và hạt tiêu cho vừa ăn
- Dầu thực vật để chiên
- 1 củ hành đỏ, thái lát mỏng
- 2 củ cà rốt, thái hạt lựu
- 1 quả ớt chuông đỏ, thái lát mỏng
- 4 tép tỏi, băm nhỏ
- 1 chén giấm trắng
- 1 cốc nước
- 2 lá nguyệt quế
- 1 thìa cà phê lá oregano khô
- 1 thìa cà phê thì là xay
- ½ thìa cà phê ớt bột
- Muối và hạt tiêu cho vừa ăn
- Rau mùi tươi hoặc rau mùi tây để trang trí

HƯỚNG DẪN:

a) Nêm phi lê cá với muối và hạt tiêu. Nhúng chúng vào bột mì, rũ bỏ phần thừa.

b) Đun nóng dầu thực vật trong chảo lớn trên lửa vừa cao. Chiên phi lê cá cho đến khi vàng đều hai mặt. Lấy ra khỏi chảo và đặt lên đĩa có lót khăn giấy để ráo bớt dầu thừa.

c) Trong cùng một chiếc chảo, xào hành đỏ thái lát, cà rốt thái sợi, ớt chuông đỏ thái lát và tỏi băm cho đến khi chúng bắt đầu mềm, khoảng 5 phút.

d) Trong một chảo riêng, trộn giấm trắng, nước, lá nguyệt quế, lá oregano khô, thì là xay, ớt bột, muối và tiêu. Mang hỗn hợp trên vào đun sôi.

e) Thêm rau xào vào hỗn hợp giấm sôi. Giảm nhiệt và đun nhỏ lửa trong khoảng 10 phút để cho các hương vị hòa quyện với nhau.

f) Xếp phi lê cá chiên vào đĩa cạn. Đổ hỗn hợp giấm và rau lên cá, phủ kín chúng. Để món ăn nguội đến nhiệt độ phòng.

g) Đậy nắp và để lạnh ít nhất 2 giờ hoặc qua đêm để cá ngấm gia vị.

h) Phục vụ món Escabeche de Pescado/Cá ngâm ướp lạnh, trang trí với ngò tươi hoặc rau mùi tây.

i) Bạn có thể thưởng thức cá và rau với nước xốt như một món ăn phụ hoặc ăn kèm với cơm hoặc bánh mì.

34. Pudding ngô tím

THÀNH PHẦN:

- 2 cốc nước ngô tím (mazamorra morada cô đặc)
- 1 chén hạt ngô tím khô
- 1 thanh quế
- 4 tép
- 1 cốc đường
- ½ chén tinh bột khoai tây
- Dứa cắt miếng và mận để trang trí

HƯỚNG DẪN:

a) Trong một nồi lớn, trộn nước ngô tím, hạt ngô tím khô, thanh quế và đinh hương. Đun sôi rồi đun nhỏ lửa trong khoảng 20 phút.

b) Trong một bát riêng, trộn tinh bột khoai tây với một ít nước để tạo thành hỗn hợp sền sệt.

c) Thêm hỗn hợp đường và tinh bột khoai tây vào nồi, khuấy liên tục. Tiếp tục nấu cho đến khi hỗn hợp đặc lại.

d) Hủy bỏ nhiệt và để cho nó nguội.

e) Trang trí với miếng dứa và mận trước khi dùng.

35. Trà Coca

THÀNH PHẦN:
- 1-2 túi trà coca hoặc 1-2 thìa cà phê lá coca khô
- 1 cốc nước nóng
- Mật ong hoặc đường (tùy chọn)

HƯỚNG DẪN:
a) Đặt túi trà coca hoặc lá coca khô vào cốc.
b) Đổ nước nóng lên túi trà hoặc lá coca.
c) Để nó dốc trong 5-10 phút hoặc cho đến khi nó đạt đến độ đậm đặc mà bạn mong muốn.
d) Làm ngọt bằng mật ong hoặc đường, nếu muốn.

36. Bánh pudding diêm mạch

THÀNH PHẦN:
- 1 cốc quinoa
- 4 cốc nước
- 4 cốc sữa
- 1 thanh quế
- 1 muỗng cà phê chiết xuất vani
- ½ cup đường (tuỳ khẩu vị)
- ¼ thìa cà phê đinh hương xay
- ¼ thìa cà phê hạt nhục đậu khấu
- Nho khô và/hoặc các loại hạt cắt nhỏ để trang trí (tùy chọn)

HƯỚNG DẪN:
a) Rửa kỹ quinoa dưới nước lạnh để loại bỏ vị đắng.
b) Trong một nồi lớn, kết hợp quinoa và nước. Đun sôi trên lửa vừa cao, sau đó giảm nhiệt xuống thấp và đun nhỏ lửa trong khoảng 15 phút hoặc cho đến khi quinoa mềm. Xả hết nước thừa.
c) Cho quinoa đã nấu chín vào nồi và thêm sữa, thanh quế, chiết xuất vani, đường, đinh hương xay và hạt nhục đậu khấu xay.
d) Khuấy đều hỗn hợp và đun sôi nhẹ trên lửa vừa.
e) Nấu trong khoảng 20-25 phút, thỉnh thoảng khuấy đều cho đến khi hỗn hợp đặc lại như bánh pudding.
f) Nhấc nồi ra khỏi bếp và bỏ thanh quế đi.
g) Để Mazamorra de Quinua/Quinoa Pudding nguội trong vài phút trước khi dùng.
h) Phục vụ Mazamorra de Quinua/Quinoa Pudding ấm hoặc ướp lạnh trong bát hoặc cốc tráng miệng.
i) Trang trí mỗi khẩu phần bằng nho khô và/hoặc các loại hạt cắt nhỏ nếu muốn.

37. Chuối chiên

THÀNH PHẦN:
- 2 cây chuối xanh
- Dầu thực vật để chiên
- Muối để nếm

HƯỚNG DẪN:
a) Bắt đầu bằng cách gọt vỏ chuối xanh. Để làm điều này, hãy cắt bỏ phần cuối của cây chuối và rạch một đường dọc trên vỏ. Loại bỏ vỏ bằng cách kéo nó ra khỏi cây chuối.
b) Cắt chuối thành từng lát dày, dày khoảng 2,5 cm.
c) Đun nóng dầu thực vật trong chảo sâu lòng hoặc chảo trên lửa vừa. Đảm bảo có đủ dầu để ngập hoàn toàn các lát chuối.
d) Cẩn thận thêm các lát chuối vào dầu nóng và chiên chúng trong khoảng 3-4 phút mỗi mặt hoặc cho đến khi chúng chuyển sang màu nâu vàng.
e) Lấy các lát chuối chiên ra khỏi dầu và đặt chúng lên đĩa có lót khăn giấy để ráo dầu thừa.
f) Lấy từng lát chuối chiên và làm phẳng nó bằng cách sử dụng đáy ly hoặc dụng cụ nhà bếp được thiết kế đặc biệt để làm phẳng.
g) Cho những lát chuối đã dẹt vào chảo dầu nóng rồi chiên thêm 2-3 phút mỗi mặt cho đến khi chúng trở nên giòn và có màu vàng nâu.
h) Sau khi chiên đến độ giòn như mong muốn, hãy lấy Patacones/Cây chuối chiên ra khỏi dầu và đặt chúng lên đĩa có lót khăn giấy để ráo bớt dầu thừa.
i) Rắc muối vào Patacones/Cây chuối chiên cho vừa ăn khi chúng còn nóng.
j) Phục vụ Patacones/Cây chuối chiên như một món ăn phụ hoặc làm lớp nền cho lớp phủ hoặc nhân bên trên, chẳng hạn như guacamole, salsa hoặc thịt cắt nhỏ.

38. Khoai tây chiên Yuca

THÀNH PHẦN:
- 2 pound yuca (sắn), gọt vỏ và cắt thành khoai tây chiên
- Dầu để chiên
- Muối để nếm

HƯỚNG DẪN:
a) Đun nóng dầu trong nồi chiên ngập dầu hoặc nồi lớn đến nhiệt độ 350°F (175°C).
b) Chiên từng mẻ khoai tây yuca cho đến khi chúng vàng và giòn, khoảng 4-5 phút.
c) Lấy ra và để ráo trên khăn giấy.
d) Rắc muối và dùng nóng.

39. Đậu Lima sốt ngò

THÀNH PHẦN:
- 2 chén đậu lima nấu chín (pallares), để ráo nước
- 1 chén lá ngò tươi
- 2 tép tỏi
- ½ cốc queso ngoài trời, vỡ vụn
- 2 muỗng canh dầu thực vật
- Muối và hạt tiêu cho vừa ăn

HƯỚNG DẪN:
a) Trong máy xay sinh tố, kết hợp ngò tươi, tỏi, queso fresco, dầu thực vật, muối và hạt tiêu. Trộn cho đến khi bạn có nước sốt ngò mịn.
b) Trộn đậu lima đã nấu chín với nước sốt ngò.
c) Dùng như món ăn phụ hoặc món chính nhẹ.

40. Món cừu hầm

THÀNH PHẦN:
- 2 pound thịt cừu hầm, cắt thành khối
- 2 muỗng canh dầu thực vật
- 1 củ hành tây, thái nhỏ
- 3 tép tỏi, băm nhỏ
- 2 muỗng canh bột ají amarillo
- 1 thìa cà phê thì là xay
- 1 thìa cà phê lá oregano khô
- 1 cốc bia đen (chẳng hạn như bia đen hoặc rượu bia)
- 2 chén nước luộc thịt bò hoặc rau
- 2 cốc cà chua thái hạt lựu (tươi hoặc đóng hộp)
- ½ chén ngò xắt nhỏ
- 2 chén đậu xanh đông lạnh hoặc tươi
- 4 củ khoai tây vừa, gọt vỏ và cắt làm tư
- Muối, để nếm
- Hương vị hạt tiêu

HƯỚNG DẪN:

a) Đun nóng dầu thực vật trong nồi lớn hoặc lò nướng Hà Lan trên lửa vừa.
b) Thêm thịt cừu hầm và nấu cho đến khi chín vàng các mặt. Lấy thịt ra khỏi nồi và đặt sang một bên.
c) Trong cùng một nồi, thêm hành tây xắt nhỏ và tỏi băm. Xào cho đến khi hành tây trở nên trong suốt.
d) Khuấy bột ají amarillo, thì là xay và lá oregano khô.
e) Nấu thêm một phút nữa để hương vị hòa quyện với nhau.
f) Cho thịt cừu hầm vào nồi rồi đổ bia đen vào. Đun sôi hỗn hợp và nấu trong vài phút để rượu bay hơi.
g) Thêm nước luộc thịt bò hoặc rau và cà chua thái hạt lựu vào nồi. Đun sôi hỗn hợp, sau đó giảm nhiệt xuống thấp, đậy nắp nồi và đun nhỏ lửa trong khoảng 1 giờ hoặc cho đến khi thịt cừu mềm.
h) Khuấy rau mùi cắt nhỏ, đậu xanh và khoai tây cắt làm tư. Tiếp tục đun nhỏ lửa thêm 15-20 phút nữa hoặc cho đến khi khoai tây chín và các hương vị hòa quyện với nhau.
i) Nêm muối và hạt tiêu cho vừa ăn. Điều chỉnh gia vị và độ đặc của nước sốt theo sở thích của bạn bằng cách thêm nhiều nước dùng nếu muốn.

41. Adobo/Thịt lợn hầm

THÀNH PHẦN:
- 2 pound thịt vai lợn hoặc miếng thịt gà
- 4 tép tỏi, băm nhỏ
- 2 muỗng canh dầu thực vật
- ¼ chén giấm trắng
- 2 muỗng canh nước tương
- 2 muỗng canh bột aji panca (bột ớt đỏ Peru)
- 1 thìa cà phê thì là xay
- 1 thìa cà phê lá oregano khô
- ½ muỗng cà phê tiêu đen xay
- ½ thìa cà phê muối, hoặc tùy khẩu vị

HƯỚNG DẪN:

a) Trong một cái bát, trộn tỏi băm, dầu thực vật, giấm trắng, nước tương, bột aji panca, thì là, lá oregano khô, hạt tiêu đen và muối.

b) Trộn đều để tạo thành nước xốt.

c) Đặt thịt vai lợn hoặc miếng thịt gà vào đĩa nông hoặc túi Ziploc. Đổ nước xốt lên thịt, đảm bảo thịt được ngấm đều.

d) Đậy đĩa hoặc đậy kín túi và để trong tủ lạnh ít nhất 2 giờ, hoặc tốt nhất là qua đêm để hương vị thấm vào thịt.

e) Làm nóng lò nướng hoặc lò nướng của bạn ở nhiệt độ trung bình cao.

f) Nếu dùng vỉ nướng, hãy lấy thịt ra khỏi nước ướp và nướng ở lửa vừa cao cho đến khi chín đều và cháy thành than bên ngoài.

g) Nếu sử dụng lò nướng, hãy đặt thịt đã ướp lên khay nướng và nướng ở nhiệt độ 400°F (200°C) trong khoảng 25-30 phút hoặc cho đến khi thịt chín và chín vàng.

h) Sau khi nấu chín, lấy thịt ra khỏi bếp và để yên trong vài phút trước khi cắt hoặc phục vụ.

42. Tim Bò Nướng xiên

THÀNH PHẦN:
- 1,5 pound thịt bò thăn hoặc tim bò, cắt thành miếng vừa ăn
- ¼ chén giấm rượu vang đỏ
- 3 muỗng canh dầu thực vật
- 2 tép tỏi, băm nhỏ
- 1 muỗng canh thì là xay
- 1 muỗng canh ớt bột
- 1 thìa cà phê lá oregano khô
- 1 thìa cà phê ớt bột
- Muối, để nếm
- Tiêu đen mới xay, vừa ăn
- Que xiên bằng gỗ ngâm trong nước ít nhất 30 phút
- Salsa de Aji (tương ớt Peru), để phục vụ

HƯỚNG DẪN:

a) Trong một tô lớn, trộn giấm rượu vang đỏ, dầu thực vật, tỏi băm, thì là xay, ớt bột, lá oregano khô, bột ớt, muối và tiêu đen.

b) Trộn đều để tạo thành nước xốt.

c) Thêm tim bò hoặc miếng thịt thăn vào nước xốt và đảo đều để thịt ngấm đều.

d) Đậy bát và để ướp trong tủ lạnh ít nhất 2 giờ, hoặc tốt nhất là qua đêm để ngấm gia vị.

e) Làm nóng lò nướng hoặc lò nướng thịt của bạn ở nhiệt độ trung bình cao.

f) Xiên các miếng thịt bò đã ướp vào xiên gỗ đã ngâm nước, chừa một khoảng trống nhỏ giữa mỗi miếng.

g) Nướng hoặc nướng anticuchos trong khoảng 3-4 phút mỗi mặt hoặc cho đến khi thịt chín đến mức độ chín mà bạn mong muốn.

h) Thỉnh thoảng xoay xiên để xiên chín đều.

i) Lấy anticuchos đã nấu chín ra khỏi vỉ nướng hoặc gà thịt và để chúng nghỉ vài phút trước khi dùng.

ẤN ĐỘ DƯƠNG

43. Chevda

THÀNH PHẦN:
- 2 chén bún mỏng, chia thành từng miếng nhỏ
- 1 cốc đậu phộng rang
- 1 chén đậu xanh rang (chana dal)
- 1 chén đậu lăng xanh rang (masoor dal)
- 1 chén lá cà ri khô
- 1 thìa cà phê bột nghệ
- 1 thìa cà phê ớt bột
- 1 thìa cà phê thì là xay
- 1 thìa cà phê rau mùi đất
- Muối để nếm
- Dầu thực vật để chiên

HƯỚNG DẪN

a) Đun nóng dầu thực vật trong chảo sâu lòng hoặc chảo trên lửa vừa.

b) Bún bún bẻ thành từng miếng nhỏ rồi cho vào dầu nóng. Chiên mì cho đến khi chúng chuyển sang màu vàng nâu và giòn. Lấy chúng ra khỏi dầu và để ráo trên khăn giấy để loại bỏ dầu thừa. Để qua một bên.

c) Trong cùng một chảo, chiên đậu phộng rang cho đến khi chúng có màu đậm hơn và giòn hơn. Lấy chúng ra khỏi dầu và để ráo trên khăn giấy. Để qua một bên.

d) Chiên đậu xanh rang (chana dal) và đậu lăng rang (masoor dal) trong dầu nóng cho đến khi chúng giòn. Lấy chúng ra khỏi dầu và để ráo trên khăn giấy. Để qua một bên.

e) Chiên lá cà ri khô trong dầu nóng trong vài giây cho đến khi chúng giòn. Lấy chúng ra khỏi dầu và để ráo trên khăn giấy. Để qua một bên.

f) Trong một tô lớn, trộn bún xào, đậu phộng, đậu xanh, đậu lăng và lá cà ri.

g) Trong một bát nhỏ, trộn bột nghệ, ớt bột, thì là, rau mùi xay và muối.

h) Rắc hỗn hợp gia vị lên hỗn hợp đồ ăn nhẹ trong tô lớn. Đảo đều để các nguyên liệu thấm đều gia vị.

i) Để Chevda nguội hoàn toàn trước khi chuyển vào hộp kín để bảo quản.

44. Tiếng Kenya Nyama Choma

THÀNH PHẦN:
- 3 muỗng canh dầu thực vật
- 1 pound thịt dê hoặc thịt bò
- muối
- 1 muỗng canh gừng và tỏi
- ¼ nước chanh
- Hương vị hạt tiêu
- 1 cốc nước

HƯỚNG DẪN
a) Rửa sạch và để thịt khô. Cho vào tô và đặt sang một bên.
b) Trong một bát riêng, trộn bột gừng, tỏi và nước cốt chanh. Sau đó đổ hỗn hợp này lên thịt để ướp.
c) Đậy kín thịt và để khoảng 2 tiếng cho thịt ngấm hoàn toàn.
d) Làm nóng vỉ nướng của bạn thật nóng.
e) Phết dầu ăn lên thịt rồi đặt lên vỉ nướng.
f) Hòa tan muối với nước ấm rồi rắc lên thịt khi nấu.
g) Nên để ít than để thịt chín từ từ mà không bị cháy.
h) Lật thịt đều các mặt cho đến khi bên ngoài mềm, bên trong chín kỹ.
i) Sau khi thịt chín hoàn toàn, lấy thịt ra khỏi vỉ nướng và dùng nóng.

45. cá hầm

THÀNH PHẦN:
- 1 pound phi lê cá (cá rô phi, cá hồng hoặc bất kỳ loại cá trắng cứng nào)
- 2 muỗng canh dầu thực vật
- 1 củ hành tây, xắt nhỏ
- 2 quả cà chua, xắt nhỏ
- 2 tép tỏi, băm nhỏ
- Gừng miếng 1 inch, nạo
- 1 thìa cà phê bột nghệ
- 1 muỗng cà phê ớt cayenne (tùy chọn, nếu cay)
- 1 cốc nước cốt dừa
- 1 chén nước luộc cá hoặc rau
- Muối để nếm
- Rau mùi tươi để trang trí (tùy chọn)
- Cơm nấu chín hoặc ugali để phục vụ

HƯỚNG DẪN

a) Trong chảo lớn, đun nóng dầu thực vật trên lửa vừa.
b) Thêm hành tây xắt nhỏ và xào cho đến khi trong suốt.
c) Thêm tỏi băm và gừng xay. Nấu thêm một phút nữa.
d) Thêm cà chua xắt nhỏ và nấu cho đến khi chúng mềm.
e) Thêm bột nghệ và ớt cayenne (nếu dùng) vào chảo và khuấy đều.
f) Đặt phi lê cá vào chảo và nấu trong vài phút cho mỗi mặt cho đến khi chúng có màu nâu nhạt.
g) Đổ nước cốt dừa và nước luộc cá hoặc rau vào.
h) Nêm muối và trộn mọi thứ lại với nhau.
i) Đậy nắp chảo và để cá hầm trong khoảng 10-15 phút hoặc cho đến khi cá chín và các hương vị hòa quyện vào nhau.
j) Trang trí với rau mùi tươi, nếu muốn.

46. Loại bia có mùi rừng

THÀNH PHẦN:
- 1 chén gừng tươi nạo
- 1 cốc đường
- 1 quả chanh, ép lấy nước
- 8 cốc nước
- Khối nước đá

HƯỚNG DẪN

a) Trong một cái nồi lớn, đun sôi 4 cốc nước.
b) Cho gừng nạo vào nước sôi và đun nhỏ lửa trong khoảng 10 phút.
c) Tắt bếp và lọc nước ngâm gừng vào bình.
d) Thêm đường và khuấy đều cho đến khi hòa tan.
e) Đổ nước cốt chanh và 4 cốc nước lạnh còn lại vào.
f) Khuấy để kết hợp tất cả các thành phần.
g) Làm lạnh Stoney Tangawizi trong vài giờ để hương vị phát triển.
h) Phục vụ bia gừng với đá viên để có một thức uống sảng khoái và cay nồng.

47. Trứng tráng Masala

THÀNH PHẦN:
- 2-3 quả trứng
- 1/4 chén hành tây thái nhỏ
- 1/4 cốc cà chua xắt nhỏ
- 1-2 quả ớt xanh, xắt nhỏ
- 1/4 muỗng cà phê hạt thì là
- 1/4 thìa cà phê bột nghệ
- 1/4 muỗng cà phê bột ớt đỏ
- Muối để nếm
- Lá rau mùi cắt nhỏ để trang trí

HƯỚNG DẪN:
a) Đánh trứng vào tô rồi thêm hành tây xắt nhỏ, cà chua, ớt xanh, hạt thì là, bột nghệ, bột ớt đỏ và muối.
b) Trộn đều và đổ hỗn hợp vào chảo mỡ nóng.
c) Nấu cho đến khi trứng tráng chín, lật và nấu mặt còn lại.
d) Trang trí với lá rau mùi xắt nhỏ và dùng nóng.

48. Ch ai Mát hơn

THÀNH PHẦN:
- ¾ cốc chai, ướp lạnh
- ¾ cốc sữa đậu nành vani, để lạnh
- 2 muỗng canh nước táo đông lạnh cô đặc, rã đông
- ½ quả chuối, thái lát và đông lạnh

HƯỚNG DẪN:
a) Trong máy xay sinh tố, kết hợp chai, sữa đậu nành, nước ép táo cô đặc và chuối.
b) Trộn cho đến khi mịn và kem.
c) Phục vụ ngay.

49. Paratha nhồi súp lơ

THÀNH PHẦN:
- 2 cốc (300 g) súp lơ nghiền ¼ đầu)
- 1 thìa cà phê muối biển thô
- ½ thìa cà phê garam masala
- ½ muỗng cà phê bột nghệ
- 1 mẻ bột Roti cơ bản

HƯỚNG DẪN:

a) Trong một bát sâu, trộn súp lơ, muối, garam masala và nghệ với nhau.

b) Sau khi nhân xong, bắt đầu cán bột roti. Bắt đầu bằng cách làm Bột Roti Cơ bản. Kéo một miếng có kích thước bằng quả bóng gôn (đường kính khoảng 5 cm) và lăn nó giữa hai lòng bàn tay để nặn nó thành một quả bóng. Nhấn nó vào giữa cả hai lòng bàn tay để làm phẳng nó một chút và lăn nó ra trên một bề mặt có phủ bột nhẹ cho đến khi nó có đường kính khoảng 5 inch (12,5 cm).

c) Đặt một miếng nhân súp lơ (một thìa đầy) nhân súp lơ vào giữa miếng bột đã cán mỏng. Gấp tất cả các cạnh sao cho chúng gặp nhau ở giữa, về cơ bản là tạo thành một hình vuông. Nhúng nhẹ cả hai mặt của hình vuông vào bột mì khô.

d) Cán nó trên một bề mặt có phủ một ít bột mì cho đến khi nó mỏng và tròn, đường kính khoảng 25 cm. Nó có thể không tròn hoàn hảo và một số phần nhân có thể lộ ra ngoài một chút, nhưng không sao cả.

e) Đun nóng tava hoặc chảo rán nặng trên lửa vừa cao. Sau khi nóng, đặt parathas vào chảo và đun nóng trong 30 giây, cho đến khi nó đủ chắc để lật nhưng không cứng hoàn toàn hoặc khô. Bước này rất quan trọng để tạo ra món Parathas thực sự ngon. Nó sẽ trông giống như sắp nấu nhưng vẫn còn hơi sống. Nấu trong 30 giây ở phía đối diện. Trong khi đó, phết dầu nhẹ vào mặt hướng lên trên, lật mặt lại, thoa nhẹ dầu vào mặt còn lại và chiên cả hai mặt cho đến khi chúng hơi nâu. Ăn ngay với bơ, sữa chua đậu nành ngọt hoặc dưa chua Ấn Độ (achaar).

50. Bánh Mì Nhồi Rau Bina

THÀNH PHẦN:
- 3 cốc (603 g) bột mì chapati nguyên hạt 100% (atta)
- 2 cốc (60 g) rau bina tươi, cắt nhỏ và thái nhỏ
- 1 cốc (237 mL) nước
- 1 thìa cà phê muối biển thô

HƯỚNG DẪN:
a) Trong máy xay thực phẩm, trộn bột mì và rau bina. Điều này sẽ trở thành một hỗn hợp vụn.
b) Thêm nước và muối. Xử lý cho đến khi bột trở thành một khối dính.
c) Chuyển bột vào tô sâu lòng hoặc lên mặt bàn đã rắc chút bột mì rồi nhào trong vài phút cho đến khi mịn như bột bánh pizza. Nếu bột dính thì cho thêm một ít bột mì. Nếu nó quá khô, hãy thêm một chút nước.
d) Lấy một miếng bột có kích thước bằng quả bóng gôn (đường kính khoảng 5 cm) và lăn nó giữa hai lòng bàn tay để nặn thành một quả bóng. Nhấn nó vào giữa cả hai lòng bàn tay để làm phẳng nó một chút và lăn nó ra trên một bề mặt có phủ bột nhẹ cho đến khi nó có đường kính khoảng 5 inch (12,5 cm).
e) Đun nóng tava hoặc chảo rán nặng trên lửa vừa cao. Khi nó nóng, đặt Paratha vào chảo và đun nóng trong 30 giây, cho đến khi nó đủ chắc để lật nhưng không cứng hoàn toàn hoặc khô.
f) Nấu trong 30 giây ở phía đối diện. Trong khi đó, phết dầu nhẹ vào mặt hướng lên trên, lật mặt lại, thoa nhẹ dầu vào mặt còn lại và chiên cả hai mặt cho đến khi chúng hơi nâu.
g) Ăn ngay với bơ, sữa chua đậu nành ngọt hoặc dưa chua Ấn Độ (achaar).

51.Bánh mỳ mặn nhân hạt điều

THÀNH PHẦN:

- 1 cốc (160 g) lúa mì nứt
- 1 muỗng canh dầu
- 1 muỗng cà phê hạt mù tạt đen
- 4–5 lá cà ri, thái nhỏ
- ½ củ hành tây vàng hoặc đỏ vừa, bóc vỏ và thái hạt lựu
- 1 củ cà rốt nhỏ, gọt vỏ và thái hạt lựu
- ½ cốc (145 g) đậu Hà Lan, tươi hoặc đông lạnh
- 1–2 quả ớt Thái, serrano hoặc cayenne,
- ¼ cốc (35 g) hạt điều thô, rang khô
- 1 thìa cà phê muối biển thô
- 2 cốc (474 mL) nước sôi
- Nước ép của 1 quả chanh vừa

HƯỚNG DẪN:

a) Trong một chảo xào nặng ở lửa vừa cao, rang khô lúa mì nứt trong khoảng 7 phút cho đến khi nó hơi ngả sang màu nâu. Chuyển sang đĩa để nguội.

b) Đun nóng dầu trong chảo sâu và nặng trên lửa vừa cao.

c) Thêm hạt mù tạt và nấu cho đến khi chúng kêu xèo xèo, khoảng 30 giây.

d) Thêm lá cà ri, hành tây, cà rốt, đậu Hà Lan và ớt. Nấu trong 2 đến 3 phút, thỉnh thoảng khuấy cho đến khi hành tây bắt đầu hơi nâu.

e) Thêm lúa mì nứt, hạt điều và muối. Trộn đều.

f) Thêm nước sôi vào hỗn hợp. Làm điều này rất cẩn thận, vì nó sẽ bắn tung tóe. Tôi đậy nắp chảo lớn và giữ nó trước mặt bằng tay phải trong khi rót nước bằng tay trái. Ngay khi có nước, tôi đậy nắp lại và để hỗn hợp lắng xuống trong một phút. Ngoài ra, bạn có thể tạm thời tắt lửa trong khi đổ nước vào.

g) Khi nước đã vào, giảm nhiệt xuống thấp và nấu hỗn hợp mà không cần đậy nắp cho đến khi toàn bộ chất lỏng được hấp thụ.

h) Thêm nước cốt chanh vào cuối thời gian nấu. Đậy nắp lại chảo, tắt lửa và để hỗn hợp trong 15 phút để ngấm tất cả hương vị tốt hơn.

i) Ăn ngay với bánh mì nướng phết bơ, chuối nghiền hoặc tương ớt ớt xanh cay.

52. Sôcôla nóng có gia vị Chai

THÀNH PHẦN:
- 2 cốc sữa (sữa hoặc sữa thay thế)
- 2 thìa bột cacao
- 2 thìa đường (tuỳ khẩu vị)
- 1 thìa cà phê lá trà chai (hoặc 1 túi trà chai)
- ½ muỗng cà phê quế xay
- ¼ thìa cà phê bạch đậu khấu xay
- Một nhúm gừng xay
- Kem đánh bông và rắc quế để trang trí

HƯỚNG DẪN:

a) Trong chảo, đun sữa trên lửa vừa cho đến khi nóng nhưng không sôi.

b) Thêm lá trà chai (hoặc túi trà) vào sữa và để yên trong 5 phút. Bỏ lá trà hoặc túi trà ra.

c) Trong một bát nhỏ, trộn đều bột ca cao, đường, quế, bạch đậu khấu và gừng.

d) Từ từ đánh hỗn hợp ca cao vào sữa nóng cho đến khi hòa quyện và mịn màng.

e) Tiếp tục đun nóng sô-cô-la nóng đã tẩm gia vị, thỉnh thoảng khuấy đều cho đến khi đạt đến nhiệt độ mong muốn.

f) Đổ vào cốc, phủ kem tươi lên trên và rắc quế. Phục vụ và thưởng thức!

53.Bánh crepe bột đậu xanh

THÀNH PHẦN:

- 2 cốc (184 g) gam bột mì (đậu xanh) (besan)
- 1½ cốc (356 g) nước
- 1 củ hành tây nhỏ, gọt vỏ và băm nhỏ (khoảng ½ cốc [75 g])
- 1 củ gừng gọt vỏ, bào sợi hoặc băm nhỏ
- 1–3 quả ớt xanh Thái, serrano hoặc cayenne, cắt nhỏ
- ¼ cốc (7 g) lá cỏ cà ri khô (kasoori methi)
- ½ cốc (8 g) ngò tươi, thái nhỏ
- 1 thìa cà phê muối biển thô
- ½ muỗng cà phê rau mùi đất
- ½ muỗng cà phê bột nghệ
- 1 thìa cà phê bột ớt đỏ hoặc dầu cayenne để chiên trên chảo

HƯỚNG DẪN:

a) Trong một tô sâu, trộn bột và nước cho đến khi mịn. Tôi thích bắt đầu bằng máy đánh trứng và sau đó dùng mặt sau của thìa để đánh tan những cục bột nhỏ thường hình thành.

b) Để hỗn hợp ngồi trong ít nhất 20 phút.

c) Thêm các Thành phần còn lại, ngoại trừ dầu, và trộn đều.

d) Làm nóng vỉ nướng trên lửa vừa cao.

e) Thêm ½ muỗng cà phê dầu và phết lên vỉ nướng bằng mặt sau của thìa hoặc khăn giấy. Bạn cũng có thể dùng bình xịt nấu ăn để phủ đều chảo.

f) Dùng muôi đổ ¼ cốc (59 mL) bột vào giữa chảo. Dùng mặt sau của muôi, dàn bột theo chuyển động tròn theo chiều kim đồng hồ từ giữa ra phía ngoài chảo để tạo thành một chiếc bánh pancake tròn, mỏng có đường kính khoảng 5 inch (12,5 cm).

g) Nấu cháo cho đến khi hơi nâu ở một mặt, khoảng 2 phút, sau đó lật để nấu mặt còn lại. Dùng thìa ấn xuống để đảm bảo phần giữa cũng chín kỹ.

h) Nấu phần bột còn lại, thêm dầu nếu cần để chống dính.

i) Ăn kèm với Mint hoặc Peach Chutney của tôi.

54.Kem bánh mì lúa mì

THÀNH PHẦN:
- 3 cốc (534 g) kem lúa mì (sooji)
- 2 cốc (474 mL) sữa chua đậu nành nguyên chất không đường
- 3 cốc (711 mL) nước
- 1 thìa cà phê muối biển thô
- ½ muỗng cà phê tiêu đen xay
- ½ thìa cà phê bột ớt đỏ hoặc ớt cayenne
- ½ củ hành tây vàng hoặc đỏ, bóc vỏ và thái hạt lựu
- 1–2 quả ớt xanh Thái, serrano hoặc cayenne, cắt nhỏ
- Dầu dùng để chiên, cho vào tô nhỏ
- ½ củ hành tây lớn, bóc vỏ và cắt đôi (để chuẩn bị chảo)

HƯỚNG DẪN:
a) Trong một tô sâu, trộn đều kem lúa mì, sữa chua, nước, muối, tiêu đen và bột ớt đỏ rồi để yên trong 30 phút cho lên men nhẹ.
b) Thêm hành tây thái hạt lựu và ớt. Trộn nhẹ nhàng.
c) Làm nóng vỉ nướng trên lửa vừa cao. Cho 1 thìa dầu vào chảo.
d) Khi chảo đã nóng, dùng nĩa đâm vào phần hành tây chưa cắt và tròn. Giữ cán nĩa, chà xát nửa củ hành đã cắt qua lại trên chảo. Sự kết hợp của nhiệt, nước ép hành tây và dầu giúp bánh dosa của bạn không bị dính. Giữ hành tây bằng nĩa đã cắm sẵn ở nơi thuận tiện để sử dụng lại giữa các lần dùng bữa. Khi nó bị đen trong chảo, chỉ cần cắt mỏng mặt trước.
e) Giữ một bát dầu nhỏ bên cạnh bằng thìa - bạn sẽ sử dụng nó sau.
f) Bây giờ, cuối cùng cũng bắt đầu nấu ăn! Múc hơn ¼ cốc (59 mL) bột vào giữa chảo nóng đã chuẩn bị sẵn. Dùng mặt sau của muôi, từ từ di chuyển theo chiều kim đồng hồ từ giữa ra mép ngoài của chảo cho đến khi bột trở nên mỏng và giống như bánh crêpe. Nếu hỗn hợp ngay lập tức bắt đầu sủi bọt, bạn chỉ cần giảm nhiệt độ xuống một chút.
g) Dùng thìa nhỏ đổ một lượng dầu mỏng thành vòng tròn xung quanh bột.
h) Để dosa nấu cho đến khi nó hơi ngả sang màu nâu và lấy ra khỏi chảo. Lật và nấu mặt còn lại.

55. Món đậu phụ Masala

THÀNH PHẦN:
- Đậu phụ hữu cơ siêu cứng gói 14 ounce
- 1 muỗng canh dầu
- 1 thìa cà phê hạt thì là
- ½ củ hành trắng hoặc đỏ nhỏ, bóc vỏ và băm nhỏ
- 1 củ gừng gọt vỏ, bào sợi
- 1–2 quả ớt xanh Thái, serrano hoặc cayenne, cắt nhỏ
- ½ muỗng cà phê bột nghệ
- ½ thìa cà phê bột ớt đỏ hoặc ớt cayenne
- ½ muỗng cà phê muối biển thô
- ½ muỗng cà phê muối đen
- ¼ cốc (4 g) ngò tươi, thái nhỏ

HƯỚNG DẪN:
a) Dùng tay vò nát đậu phụ và đặt sang một bên.
b) Trong một chảo phẳng, dày, đun nóng dầu ở lửa vừa cao.
c) Thêm thì là vào và nấu cho đến khi hạt kêu xèo xèo, khoảng 30 giây.
d) Thêm hành tây, củ gừng, ớt và nghệ. Nấu và nâu trong 1 đến 2 phút, khuấy đều để chống dính.
e) Thêm đậu phụ vào và trộn đều để đảm bảo toàn bộ hỗn hợp chuyển sang màu vàng của củ nghệ.
f) Thêm bột ớt đỏ, muối biển, muối đen (kala namak) và ngò. Trộn đều.
g) Ăn kèm với bánh mì nướng hoặc cuộn trong bọc roti hoặc paratha ấm.

56.Bánh xèo ngọt

THÀNH PHẦN:
- 1 cốc (201 g) bột mì chapati nguyên hạt 100%
- ½ cốc (100 g) đường thốt nốt
- ½ muỗng cà phê hạt thì là
- 1 cốc (237 mL) nước

HƯỚNG DẪN:

a) Trộn tất cả các nguyên liệu với nhau trong một cái tô sâu lòng và để bột nghỉ ít nhất 15 phút.

b) Đun nóng vỉ nướng hoặc chảo rán có dầu nhẹ trên lửa vừa cao. Đổ hoặc múc bột lên vỉ nướng, dùng khoảng ¼ cốc (59 mL) cho mỗi miếng. Bí quyết là dàn bột ra một chút bằng mặt sau của muôi từ giữa theo chuyển động theo chiều kim đồng hồ mà không làm mỏng quá nhiều.

c) Nâu cả hai mặt và dùng nóng.

57. Cháo Chai Sữa

THÀNH PHẦN:
- 180ml sữa ít béo
- 1 muỗng canh đường nâu mềm nhẹ
- 4 quả bạch đậu khấu, tách đôi
- 1 cây hồi
- ½ muỗng cà phê gừng xay
- ½ muỗng cà phê hạt nhục đậu khấu
- ½ muỗng cà phê quế xay
- 1 gói yến mạch

HƯỚNG DẪN:

a) Cho sữa, đường, bạch đậu khấu, hoa hồi và ¼ thìa cà phê gừng, nhục đậu khấu và quế vào chảo nhỏ rồi đun sôi, thỉnh thoảng khuấy đều cho đến khi đường tan.

b) Lọc vào bình, loại bỏ toàn bộ gia vị, sau đó cho vào chảo và dùng sữa đã pha để nấu yến mạch theo hướng dẫn trên bao bì. Múc thìa vào tô.

c) Trộn ¼ thìa cà phê còn lại mỗi loại gừng, nhục đậu khấu và quế với nhau cho đến khi hòa quyện, sau đó dùng bụi phủ lên trên cháo, dùng khuôn pha cà phê để tạo họa tiết độc đáo nếu bạn thích.

58. Bắp rang bơ có gia vị

THÀNH PHẦN:
- 1 muỗng canh dầu
- ½ cốc (100 g) hạt bỏng ngô chưa nấu chín
- 1 thìa cà phê muối biển thô
- 1 muỗng cà phê garam masala, Chaat Masala hoặc Sambhar Masala

HƯỚNG DẪN:
a) Trong một chiếc chảo sâu và nặng, đun nóng dầu ở lửa vừa cao.
b) Thêm hạt bỏng ngô.
c) Đậy chảo và vặn lửa ở mức trung bình thấp.
d) Nấu cho đến khi âm thanh bốp nhỏ dần, từ 6 đến 8 phút.
e) Tắt lửa và để bỏng ngô đậy nắp trong 3 phút nữa.
f) Rắc muối và masala. Phục vụ ngay lập tức.
g) Dùng kẹp, lấy từng miếng papad một và đun nóng trên bếp. Nếu bạn có bếp ga, hãy nấu ngay trên lửa, cẩn thận thổi tắt những phần bắt lửa. Lật qua lật lại liên tục cho đến khi tất cả các phần đều chín và giòn. Nếu dùng bếp điện, đun nóng trên giá lưới đặt trên đầu đốt và lật liên tục cho đến khi chín giòn. Hãy cẩn thận - chúng rất dễ cháy.
h) Xếp các miếng đu đủ lên và dùng ngay như một bữa ăn nhẹ hoặc bữa tối.

59. Hạt Masala nướng

THÀNH PHẦN:
- 2 cốc (276 g) hạt điều thô
- 2 cốc (286 g) hạnh nhân sống
- 1 muỗng canh garam masala, Chaat Masala hoặc Sambhar Masala
- 1 thìa cà phê muối biển thô
- 1 muỗng canh dầu
- ¼ cốc (41 g) nho khô vàng

HƯỚNG DẪN:

a) Đặt giá nướng ở vị trí cao nhất và làm nóng lò trước ở nhiệt độ 425°F (220°C). Lót giấy nhôm vào khay nướng để dễ dàng làm sạch.

b) Trong một bát sâu, trộn tất cả các Thành phần ngoại trừ nho khô cho đến khi các loại hạt được phủ đều.

c) Sắp xếp hỗn hợp hạt thành một lớp trên khay nướng đã chuẩn bị sẵn.

d) Nướng trong 10 phút, trộn nhẹ nhàng trong nửa thời gian nấu để đảm bảo các loại hạt chín đều.

e) Lấy chảo ra khỏi lò. Thêm nho khô và để hỗn hợp nguội trong ít nhất 20 phút. Bước này rất quan trọng. Các loại hạt nấu chín trở nên dai nhưng chúng sẽ giòn trở lại sau khi nguội. Dùng ngay hoặc bảo quản trong hộp kín tối đa một tháng.

60. Hạt điều và hạnh nhân rang tẩm gia vị Chai

THÀNH PHẦN:
- 2 cốc (276 g) hạt điều thô
- 2 cốc (286 g) hạnh nhân sống
- 1 thìa Chai Masala
- 1 muỗng canh đường thốt nốt (gur) hoặc đường nâu
- ½ muỗng cà phê muối biển thô
- 1 muỗng canh dầu

HƯỚNG DẪN:

a) Đặt giá nướng ở vị trí cao nhất và làm nóng lò trước ở nhiệt độ 425°F (220°C). Lót giấy nhôm vào khay nướng để dễ dàng làm sạch.

b) Trong một bát sâu, kết hợp tất cả các Thành phần và trộn đều cho đến khi các loại hạt được phủ đều.

c) Sắp xếp hỗn hợp hạt thành một lớp trên khay nướng đã chuẩn bị sẵn.

d) Nướng trong 10 phút, trộn nửa thời gian nấu để đảm bảo hỗn hợp chín đều.

e) Lấy khay nướng ra khỏi lò và để hỗn hợp nguội trong khoảng 20 phút. Bước này rất quan trọng. Các loại hạt nấu chín trở nên dai nhưng chúng sẽ giòn trở lại sau khi nguội.

f) Dùng ngay hoặc bảo quản trong hộp kín tối đa một tháng.

61.Bánh chay nướng

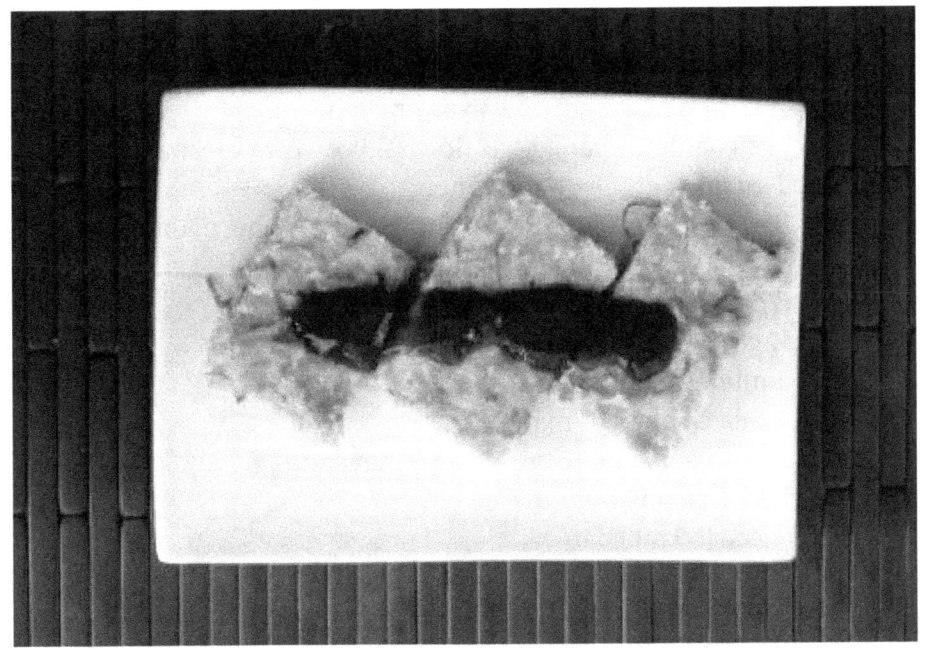

THÀNH PHẦN:
- 2 cốc (140 g) bắp cải trắng bào sợi (½ đầu nhỏ)
- 1 cốc (100 g) súp lơ nghiền (¼ đầu vừa)
- 1 cốc (124 g) bí xanh bào sợi
- ½ củ khoai tây, gọt vỏ và xay nhuyễn
- ½ củ hành tây vàng hoặc đỏ vừa, bóc vỏ và thái hạt lựu
- 1 củ gừng gọt vỏ, bào sợi hoặc băm nhỏ
- 3–4 quả ớt xanh Thái, serrano hoặc cayenne, cắt nhỏ
- ¼ cốc (4 g) ngò tươi thái nhỏ
- 3 cốc (276 g) gam bột mì (đậu xanh) (besan)
- ½ gói đậu phụ lụa 12 ounce
- 1 muỗng canh muối biển thô
- 1 thìa cà phê bột nghệ
- 1 thìa cà phê bột ớt đỏ hoặc ớt cayenne
- ¼ thìa cà phê bột nở
- ¼ cốc (59 mL) dầu

HƯỚNG DẪN:

a) Đặt giá đỡ lò ở vị trí giữa và làm nóng lò trước ở nhiệt độ 350°F (180°C). Đổ dầu vào chảo nướng hình vuông 10 inch (25 cm). Sử dụng chảo nướng lớn hơn nếu bạn muốn pakora mỏng hơn, giòn hơn.

b) Trong một bát sâu, trộn bắp cải, súp lơ trắng, bí xanh, khoai tây, hành tây, củ gừng, ớt và ngò.

c) Thêm bột và trộn từ từ cho đến khi kết hợp tốt. Nó giúp sử dụng bàn tay của bạn để thực sự hòa trộn mọi thứ lại với nhau.

d) Trong máy xay thực phẩm, máy xay sinh tố hoặc máy xay mạnh hơn, trộn đậu phụ cho đến khi mịn.

e) Thêm đậu hũ đã trộn, muối, bột nghệ, bột ớt đỏ, bột nở và dầu vào hỗn hợp rau. Pha trộn.

f) Đổ hỗn hợp vào chảo nướng đã chuẩn bị sẵn.

g) Nướng trong 45 đến 50 phút, tùy thuộc vào độ ẩm của lò. Món ăn hoàn thành khi cắm một cây tăm vào giữa mà thấy tăm sạch sẽ.

h) Để nguội trong 10 phút và cắt thành hình vuông. Ăn kèm với tương ớt yêu thích của bạn.

62. Hạt rang tẩm gia vị Chai

THÀNH PHẦN:
- 4 chén hạt hỗn hợp không muối
- ¼ cốc xi-rô cây phong
- 3 muỗng canh dầu dừa tan chảy
- 2 thìa đường dừa
- 3 thìa cà phê gừng xay
- 2 thìa cà phê quế xay
- 2 thìa cà phê thảo quả xay
- 1 thìa cà phê hạt tiêu xay
- 1 thìa cà phê bột vani nguyên chất
- ½ muỗng cà phê muối
- ¼ thìa cà phê tiêu đen

HƯỚNG DẪN:

a) Làm nóng lò nướng của bạn ở nhiệt độ 325°F (163°C). Lót một tấm nướng có viền bằng giấy da và đặt nó sang một bên.

b) Trong một tô trộn lớn, trộn tất cả nguyên liệu trừ các loại hạt. Khuấy đều để tạo thành hỗn hợp có hương vị.

c) Thêm các loại hạt đã trộn vào tô và đảo đều cho đến khi chúng được phủ đều hỗn hợp gia vị.

d) Trải đều các loại hạt đã phủ lên khay nướng đã chuẩn bị sẵn.

e) Nướng các loại hạt trong lò làm nóng trước khoảng 20 phút. Nhớ xoay chảo và khuấy các loại hạt trong suốt thời gian rang để đảm bảo hạt chín đều.

f) Sau khi hoàn tất, lấy hạt đã rang ra khỏi lò và để chúng nguội hoàn toàn.

g) Bảo quản hạt rang tẩm gia vị chai của bạn trong hộp kín ở nhiệt độ phòng để có món ăn vặt thơm ngon.

63.Cà tím nướng nhúng

THÀNH PHẦN:
- 3 quả cà tím vừa có vỏ (loại to, tròn, màu tím)
- 2 muỗng canh dầu
- 1 muỗng cà phê hạt thì là
- 1 thìa cà phê rau mùi đất
- 1 thìa cà phê bột nghệ
- 1 củ hành lớn màu vàng hoặc đỏ, bóc vỏ và thái hạt lựu
- 1 củ gừng (2 inch [5 cm]), gọt vỏ và xay hoặc băm nhỏ
- 8 tép tỏi, bóc vỏ và xay hoặc băm nhỏ
- 2 quả cà chua vừa, gọt vỏ (nếu có thể) và thái hạt lựu
- 1–4 quả ớt xanh Thái, serrano hoặc cayenne, cắt nhỏ
- 1 thìa cà phê bột ớt đỏ hoặc ớt cayenne
- 1 muỗng canh muối biển thô

HƯỚNG DẪN:

a) Đặt giá đỡ lò ở vị trí cao thứ hai. Làm nóng lò nướng thịt ở nhiệt độ 500°F (260°C). Lót giấy nhôm vào khay nướng để tránh bị lộn xộn sau này.

b) Dùng nĩa chọc các lỗ trên cà tím (để thoát hơi nước) và đặt chúng lên khay nướng. Đun trong 30 phút, lật một lần. Da sẽ bị cháy thành than và cháy ở một số vùng khi thực hiện xong. Lấy khay nướng ra khỏi lò và để cà tím nguội trong ít nhất 15 phút. Dùng một con dao sắc cắt một đường dọc từ đầu này đến đầu kia của quả cà tím rồi kéo nhẹ ra. Múc phần thịt đã rang bên trong ra, chú ý tránh hấp và tận dụng càng nhiều nước càng tốt. Cho thịt cà tím rang vào tô—bạn sẽ có khoảng 4 cốc (948 mL).

c) Trong một chiếc chảo sâu và nặng, đun nóng dầu ở lửa vừa cao.

d) Thêm thì là vào và nấu cho đến khi có tiếng xèo xèo, khoảng 30 giây.

e) Thêm rau mùi và nghệ. Trộn và nấu trong 30 giây.

f) Thêm hành tây và nâu trong 2 phút.

g) Thêm củ gừng và tỏi vào nấu thêm 2 phút nữa.

h) Thêm cà chua và ớt. Nấu trong 3 phút, cho đến khi hỗn hợp mềm.

i) Thêm thịt cà tím rang vào nấu thêm 5 phút nữa, thỉnh thoảng trộn đều để tránh bị dính.

j) Thêm bột ớt đỏ và muối. Lúc này, bạn cũng nên loại bỏ những mảnh vỏ cà tím cháy khét còn sót lại.

k) Trộn hỗn hợp này bằng máy xay ngâm hoặc trong máy xay riêng. Đừng lạm dụng nó—vẫn cần có một số kết cấu. Ăn kèm với lát naan nướng, bánh quy giòn hoặc bánh tortilla. Bạn cũng có thể phục vụ món này theo cách truyền thống với bữa ăn Ấn Độ gồm roti, đậu lăng và raita.

64.Bánh khoai lang cay

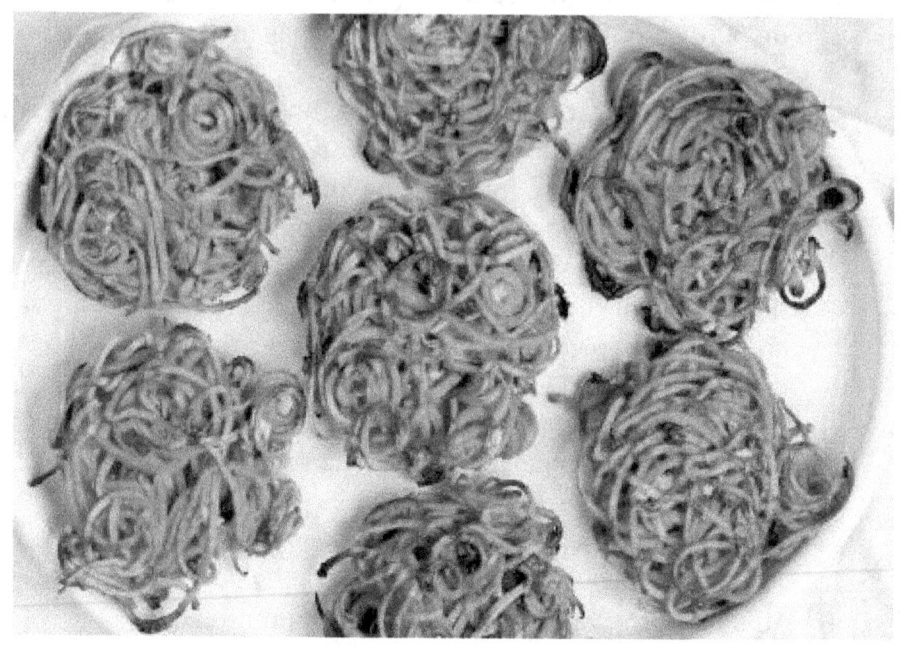

THÀNH PHẦN:
- 1 củ khoai lang lớn (hoặc khoai tây trắng), gọt vỏ và cắt thành từng miếng
- Xúc xắc ½ inch (13 mm) (khoảng 4 cốc [600 g])
- 3 thìa canh (45 mL) dầu, chia đều
- 1 thìa cà phê hạt thì là
- ½ củ hành tây vàng hoặc đỏ vừa, bóc vỏ và thái hạt lựu
- 1 củ gừng (1 inch [2,5-g]), gọt vỏ và xay hoặc băm nhỏ
- 1 thìa cà phê bột nghệ
- 1 thìa cà phê rau mùi đất
- 1 thìa cà phê garam masala
- 1 thìa cà phê bột ớt đỏ hoặc ớt cayenne
- 1 cốc (145 g) đậu Hà Lan, tươi hoặc đông lạnh (rã đông trước)
- 1–2 quả ớt xanh Thái, serrano hoặc cayenne, cắt nhỏ
- 1 thìa cà phê muối biển thô
- ½ cốc (46 g) gram (đậu xanh) bột mì (besan)
- 1 thìa nước cốt chanh
- Rau mùi tây hoặc ngò tươi cắt nhỏ để trang trí

HƯỚNG DẪN:

a) Hấp khoai tây cho đến khi mềm, khoảng 7 phút. Hãy để nó nguội. Dùng tay hoặc dụng cụ nghiền khoai tây để nhẹ nhàng nghiền nát. Lúc này bạn sẽ có khoảng 3 cốc (630 g) khoai tây nghiền.

b) Trong chảo rán nông, đun nóng 2 muỗng canh dầu trên lửa vừa cao.

c) Thêm thì là vào và nấu cho đến khi có tiếng xèo xèo và hơi ngả sang màu nâu, khoảng 30 giây.

d) Thêm hành tây, củ gừng, nghệ, rau mùi, garam masala và bột ớt đỏ. Nấu cho đến khi mềm, thêm 2 đến 3 phút nữa. Để hỗn hợp nguội.

e) Sau khi nguội, thêm hỗn hợp vào khoai tây, tiếp theo là đậu Hà Lan, ớt xanh, muối, bột gram và nước cốt chanh.

f) Trộn đều bằng tay hoặc thìa lớn.

g) Tạo hỗn hợp thành từng miếng nhỏ và đặt chúng lên khay.

h) Trong một chiếc chảo lớn và nặng, đun nóng 1 thìa dầu còn lại trên lửa vừa cao. Nấu các miếng chả theo mẻ từ 2 đến 4 miếng, tùy thuộc vào kích thước của chảo, trong khoảng 2 đến 3 phút mỗi mặt, cho đến khi chín vàng.

i) Ăn nóng, trang trí với rau mùi tây hoặc ngò tươi xắt nhỏ. Món patty này có thể được ăn như một chiếc bánh sandwich, trên lớp rau diếp hoặc như một món ăn thú vị cho món ăn chính của bạn. Hỗn hợp này sẽ bảo quản được khoảng 3 đến 4 ngày trong tủ lạnh. Để làm món bánh truyền thống hơn, hãy dùng khoai tây thông thường thay cho khoai lang.

65. Bánh mì kẹp xa lát chay của Sharon

THÀNH PHẦN:
- 1 quả cà chua lớn, cắt thành lát dày
- 1 quả ớt chuông lớn, thái lát mỏng thành khoanh
- 1 củ hành đỏ lớn, gọt vỏ và thái lát mỏng thành từng khoanh
- Nước ép của 1 quả chanh
- ½ muỗng cà phê muối biển thô
- ½ muỗng cà phê muối đen (kala namak)

HƯỚNG DẪN:

a) Xếp rau củ ra đĩa với cà chua trước, sau đó là ớt và hành tây khoanh xếp chồng lên trên.
b) Rắc rau với nước cốt chanh, muối biển và muối đen.
c) Phục vụ ngay lập tức. Ngồi trên bãi cỏ phía trước nhà bạn và làm bánh sandwich là tùy chọn.

66. Sữa chua đậu nành Raita

THÀNH PHẦN:
- 1 cốc (237 mL) sữa chua đậu nành nguyên chất, không đường
- 1 quả dưa chuột, gọt vỏ, xay và vắt để loại bỏ nước thừa
- ½ muỗng cà phê thì là rang
- ½ muỗng cà phê muối biển thô
- ½ muỗng cà phê muối đen (kala namak)
- ½ thìa cà phê bột ớt đỏ
- Nước cốt ½ quả chanh hoặc chanh

HƯỚNG DẪN:

a) Trong một cái bát, trộn đều tất cả các Nguyên liệu. Phục vụ ngay lập tức.

67. Đậu hũ tẩm gia vị và cà chua

THÀNH PHẦN:
- 2 muỗng canh dầu
- 1 muỗng canh hạt thì là
- 1 thìa cà phê bột nghệ
- 1 củ hành đỏ hoặc vàng vừa, bóc vỏ và băm nhỏ
- 1 củ gừng (2 inch [5 cm]), gọt vỏ và xay hoặc băm nhỏ
- 6 tép tỏi, bóc vỏ và xay hoặc băm nhỏ
- 2 quả cà chua vừa, gọt vỏ (tùy chọn) và cắt nhỏ (3 cốc [480 g])
- 2–4 quả ớt xanh Thái, serrano hoặc cayenne, cắt nhỏ
- 1 muỗng canh bột cà chua
- 1 muỗng canh garam masala
- 1 muỗng canh lá cỏ cà ri khô (kasoori methi), nghiền nhẹ bằng tay để giải phóng hương vị
- 1 cốc (237 mL) nước
- 2 thìa cà phê muối biển thô
- 1 thìa cà phê bột ớt đỏ hoặc ớt cayenne
- 2 quả ớt chuông xanh vừa, bỏ hạt và thái hạt lựu (2 cốc)
- 2 gói (14-ounce [397-g]) đậu phụ hữu cơ siêu cứng, nướng và cắt thành khối

HƯỚNG DẪN:
a) Trong một chiếc chảo lớn và nặng, đun nóng dầu ở lửa vừa cao.
b) Thêm thì là và nghệ. Nấu cho đến khi hạt kêu xèo xèo, khoảng 30 giây.
c) Thêm hành tây, củ gừng và tỏi. Nấu trong 2 đến 3 phút, cho đến khi có màu nâu nhạt, thỉnh thoảng khuấy.
d) Thêm cà chua, ớt, bột cà chua, garam masala, cỏ cà ri, nước, muối và bột ớt đỏ. Giảm nhiệt một chút và đun nhỏ lửa trong 8 phút.
e) Thêm ớt chuông và nấu thêm 2 phút nữa. Thêm đậu phụ vào và trộn nhẹ nhàng. Nấu thêm 2 phút nữa cho đến khi nóng. Ăn với cơm basmati màu nâu hoặc trắng, roti hoặc naan.

68. Băm khoai tây thì là

THÀNH PHẦN:

- 1 muỗng canh dầu
- 1 muỗng canh hạt thì là
- ½ thìa cà phê asafetida (hing)
- ½ muỗng cà phê bột nghệ
- ½ muỗng cà phê bột xoài (amchur)
- 1 củ hành nhỏ màu vàng hoặc đỏ, bóc vỏ và thái hạt lựu
- 1 củ gừng gọt vỏ, bào sợi hoặc băm nhỏ
- 3 củ khoai tây luộc lớn (bất kỳ loại nào), gọt vỏ và thái hạt lựu (4 cốc [600 g])
- 1 thìa cà phê muối biển thô
- 1–2 quả ớt xanh Thái, serrano hoặc ớt cayenne, bỏ cuống, thái lát mỏng
- ¼ cốc (4 g) ngò tươi băm nhỏ, nước cốt của ½ quả chanh

HƯỚNG DẪN:

a) Trong một chiếc chảo sâu và nặng, đun nóng dầu ở lửa vừa cao.
b) Thêm thì là, asafetida, bột nghệ và bột xoài. Nấu cho đến khi hạt kêu xèo xèo, khoảng 30 giây.
c) Thêm củ hành và gừng. Nấu thêm một phút nữa, khuấy đều để chống dính.
d) Thêm khoai tây và muối. Trộn đều và nấu cho đến khi khoai tây ấm lên.
e) Rắc thêm ớt, ngò và nước cốt chanh lên trên. Dùng kèm với roti hoặc naan hoặc cuộn trong besan Poora hoặc dosa. Món này rất tuyệt khi làm nhân cho bánh sandwich chay hoặc thậm chí dùng kèm với rau diếp.

69. Khoai tây băm hạt mù tạt

THÀNH PHẦN:
- 1 muỗng canh gram (chana dal)
- 1 muỗng canh dầu
- 1 thìa cà phê bột nghệ
- 1 muỗng cà phê hạt mù tạt đen
- 10 lá cà ri, xắt nhỏ
- 1 củ hành nhỏ màu vàng hoặc đỏ, bóc vỏ và thái hạt lựu
- 3 củ khoai tây luộc lớn (bất kỳ loại nào), gọt vỏ và thái hạt lựu (4 cốc [600 g])
- 1 thìa cà phê muối trắng thô
- 1–2 quả ớt xanh Thái, serrano hoặc ớt cayenne, bỏ cuống, thái lát mỏng

HƯỚNG DẪN:
a) Ngâm gram đã tách trong nước đun sôi trong khi chuẩn bị các Nguyên liệu còn lại.
b) Trong một chiếc chảo sâu và nặng, đun nóng dầu ở lửa vừa cao.
c) Thêm nghệ, mù tạt, lá cà ri và đậu gram đã ráo nước. Hãy cẩn thận, hạt có xu hướng nổ và đậu lăng ngâm có thể bắn dầu, vì vậy bạn có thể cần đậy nắp. Nấu trong 30 giây, khuấy đều để chống dính.
d) Thêm hành tây. Nấu cho đến khi hơi chín vàng, khoảng 2 phút.
e) Thêm khoai tây, muối và ớt. Nấu thêm 2 phút nữa. Dùng kèm với roti hoặc naan hoặc cuộn trong besan Poora hoặc dosa. Món này rất tuyệt khi làm nhân cho bánh sandwich chay hoặc thậm chí dùng kèm với rau diếp.

70.Bắp cải với hạt mù tạt và dừa

THÀNH PHẦN:
- 2 thìa đậu lăng đen nguyên vỏ (sabut urud dal)
- 2 muỗng canh dầu dừa
- ½ thìa cà phê asafetida (hing)
- 1 muỗng cà phê hạt mù tạt đen
- 10–12 lá cà ri, thái nhỏ
- 2 muỗng canh dừa nạo không đường
- 1 bắp cải trắng cỡ vừa, xắt nhỏ (8 cốc [560 g])
- 1 thìa cà phê muối biển thô
- 1–2 quả ớt Thái, serrano hoặc ớt cayenne, bỏ cuống, thái lát theo chiều dọc

HƯỚNG DẪN:
a) Ngâm đậu lăng trong nước đun sôi để đậu mềm trong khi chuẩn bị các Nguyên liệu còn lại.
b) Trong một chiếc chảo sâu và nặng, đun nóng dầu ở lửa vừa cao.
c) Thêm asafetida, mù tạt, đậu lăng ráo nước, lá cà ri và dừa. Đun nóng cho đến khi hạt nổ tung, khoảng 30 giây. Cẩn thận không làm cháy lá cà ri hoặc dừa. Hạt có thể bật ra ngoài nên hãy đậy nắp cẩn thận.
d) Thêm bắp cải và muối. Nấu, khuấy thường xuyên trong 2 phút cho đến khi bắp cải héo.
e) Thêm ớt. Dùng ngay như món xa lát ấm, nguội hoặc với roti hoặc naan.

71. Đậu que với khoai tây

THÀNH PHẦN:
- 1 muỗng canh dầu
- 1 thìa cà phê hạt thì là
- ½ muỗng cà phê bột nghệ
- 1 củ hành đỏ hoặc vàng vừa, bóc vỏ và thái hạt lựu
- 1 củ gừng gọt vỏ, bào sợi hoặc băm nhỏ
- 3 tép tỏi, bóc vỏ và xay hoặc băm nhỏ
- 1 củ khoai tây vừa, gọt vỏ và thái hạt lựu
- ¼ cốc (59 mL) nước
- 4 cốc (680 g) đậu xắt nhỏ (dài ½ inch [13 mm])
- 1–2 quả ớt Thái, serrano hoặc ớt cayenne, cắt nhỏ
- 1 thìa cà phê muối biển thô
- 1 thìa cà phê bột ớt đỏ hoặc ớt cayenne

HƯỚNG DẪN:

a) Trong một chiếc chảo nặng và sâu lòng, đun nóng dầu ở lửa vừa cao.

b) Thêm thì là và nghệ vào, nấu cho đến khi hạt kêu xèo xèo, khoảng 30 giây.

c) Thêm hành tây, củ gừng và tỏi. Nấu cho đến khi hơi nâu, khoảng 2 phút.

d) Thêm khoai tây và nấu thêm 2 phút nữa, khuấy liên tục. Thêm nước vào để chống dính.

e) Thêm đậu chuối. Nấu trong 2 phút, thỉnh thoảng khuấy.

f) Thêm ớt, muối và bột ớt đỏ.

g) Giảm nhiệt xuống mức trung bình thấp và đậy nắp một phần chảo. Nấu trong 15 phút cho đến khi đậu và khoai tây mềm. Tắt lửa và để chảo, đậy nắp, trên cùng một đầu đốt trong 5 đến 10 phút nữa.

h) Ăn với cơm basmati trắng hoặc nâu, roti hoặc naan.

72.Cà tím với khoai tây

THÀNH PHẦN:
- 2 muỗng canh dầu
- ½ thìa cà phê asafetida (hing)
- 1 thìa cà phê hạt thì là
- ½ muỗng cà phê bột nghệ
- 1 củ gừng (2 inch [5 cm]), gọt vỏ và cắt thành que diêm dài ½ inch (13 mm)
- 4 tép tỏi, bóc vỏ và băm nhỏ
- 1 củ khoai tây vừa, gọt vỏ và cắt nhỏ
- 1 củ hành lớn, bóc vỏ và cắt nhỏ
- 1–3 quả ớt Thái, serrano hoặc cayenne, xắt nhỏ
- 1 quả cà chua lớn, xắt nhỏ
- 4 quả cà tím vừa có vỏ, cắt nhỏ, bao gồm cả đầu gỗ
- 2 thìa cà phê muối biển thô
- 1 muỗng canh garam masala
- 1 muỗng canh rau mùi đất
- 1 thìa cà phê bột ớt đỏ hoặc ớt cayenne
- 2 muỗng canh rau mùi tươi xắt nhỏ, để trang trí

HƯỚNG DẪN:

a) Trong một chiếc chảo sâu và nặng, đun nóng dầu ở lửa vừa cao.
b) Thêm asafetida, thì là và nghệ. Nấu cho đến khi hạt kêu xèo xèo, khoảng 30 giây.
c) Thêm củ gừng và tỏi. Nấu, khuấy liên tục trong 1 phút.
d) Thêm khoai tây. Nấu trong 2 phút.
e) Thêm hành tây và ớt vào nấu thêm 2 phút nữa cho đến khi hơi nâu.
f) Thêm cà chua và nấu trong 2 phút. Tại thời điểm này, bạn sẽ tạo được phần đế cho món ăn của mình.
g) Thêm cà tím. (Điều quan trọng là phải giữ lại phần đầu gỗ để bạn và khách của bạn có thể nhai phần giữa thơm ngon, nhiều thịt sau này.)
h) Thêm muối, garam masala, rau mùi và bột ớt đỏ. Nấu trong 2 phút.
i) Vặn lửa nhỏ, đậy nắp một phần chảo và nấu thêm 10 phút nữa.
j) Tắt lửa, đậy nắp chảo hoàn toàn và để yên trong 5 phút để tất cả các hương vị có cơ hội hòa quyện thực sự. Trang trí với rau mùi và dùng kèm roti hoặc naan.

73.Cà ri rau củ cơ bản

THÀNH PHẦN:
- 250g rau củ – thái nhỏ
- 1 muỗng cà phê dầu
- ½ muỗng cà phê hạt mù tạt
- ½ muỗng cà phê hạt thì là
- Pinch asafetida
- 4-5 lá cà ri
- ¼ thìa cà phê bột nghệ
- ½ muỗng cà phê bột rau mùi
- Nhúm bột ớt
- Gừng nạo
- Lá rau mùi tươi
- Đường/đường thốt nốt và muối vừa ăn
- Dừa tươi hoặc khô

HƯỚNG DẪN:
a) Cắt rau thành từng miếng nhỏ (1-2 cm) tùy theo loại rau.
b) Đun nóng dầu rồi cho hạt mù tạt vào. Khi chúng nổ, thêm thì là, gừng và các loại gia vị còn lại.
c) Thêm rau và nấu. Lúc này, bạn có thể xào rau cho đến khi chín hoặc thêm một ít nước, đậy nắp nồi và đun nhỏ lửa.
d) Khi rau chín thêm đường, muối, dừa và rau mùi.

74.Rau mầm Masala Brussels

THÀNH PHẦN:
- 1 muỗng canh dầu
- 1 thìa cà phê hạt thì là
- 2 cốc (474 mL) Gila Masala
- 1 cốc (237 mL) nước
- 4 thìa canh (60 mL) Kem hạt điều
- 4 cốc (352 g) cải Brussels, cắt nhỏ và cắt đôi
- 1–3 quả ớt Thái, serrano hoặc cayenne, xắt nhỏ
- 2 thìa cà phê muối biển thô
- 1 thìa cà phê garam masala
- 1 thìa cà phê rau mùi đất
- 1 thìa cà phê bột ớt đỏ hoặc ớt cayenne
- 2 muỗng canh rau mùi tươi xắt nhỏ, để trang trí

HƯỚNG DẪN:
a) Trong một chiếc chảo sâu và nặng, đun nóng dầu ở lửa vừa cao.
b) Thêm thì là vào và nấu cho đến khi hạt kêu xèo xèo, khoảng 30 giây.
c) Thêm nước súp cà chua Bắc Ấn Độ, nước, kem hạt điều, cải Brussels, ớt, muối, garam masala, rau mùi và bột ớt đỏ.
d) Đun sôi. Giảm nhiệt và đun nhỏ lửa trong vòng 10 đến 12 phút cho đến khi cải Brussels mềm.
e) Trang trí với rau mùi và dùng kèm với cơm basmati màu nâu hoặc trắng hoặc với roti hoặc naan.

75.Củ cải với hạt mù tạt và dừa

THÀNH PHẦN:
- 1 muỗng canh dầu
- 1 muỗng cà phê hạt mù tạt đen
- 1 củ hành vàng hoặc đỏ vừa, bóc vỏ và thái hạt lựu
- 2 thìa cà phê thì là xay
- 2 thìa cà phê rau mùi đất
- 1 muỗng cà phê masala Nam Ấn
- 1 muỗng canh dừa nạo không đường
- 5–6 củ cải đường nhỏ, gọt vỏ và thái hạt lựu (3 cốc [408 g])
- 1 thìa cà phê muối biển thô
- 1½ [356 mL] cốc nước

HƯỚNG DẪN:
a) Trong chảo nặng, đun nóng dầu trên lửa vừa cao.
b) Thêm hạt mù tạt và nấu cho đến khi chúng kêu xèo xèo, khoảng 30 giây.
c) Thêm hành tây và nấu cho đến khi hơi nâu, khoảng 1 phút.
d) Thêm thì là, rau mùi, masala Nam Ấn và dừa. Nấu trong 1 phút.
e) Thêm củ cải và nấu trong 1 phút.
f) Thêm muối và nước. Đun sôi, giảm nhiệt, đậy nắp và đun nhỏ lửa trong 15 phút.
g) Tắt lửa và đậy nắp chảo trong 5 phút để món ăn thấm hết hương vị. Ăn kèm cơm basmati màu nâu hoặc trắng hoặc với roti hoặc naan.

76. Bí Masala bào

THÀNH PHẦN:
- 2 muỗng canh dầu
- 2 thìa cà phê hạt thì là
- 2 thìa cà phê rau mùi đất
- 1 thìa cà phê bột nghệ
- 1 quả bí lớn hoặc bí ngô (bất kỳ loại bí mùa đông hoặc mùa hè nào cũng được), gọt vỏ và nghiền (8 cốc [928 g])
- 1 củ gừng (2 inch [5 cm]), gọt vỏ và cắt thành que diêm (⅓ cốc [32 g])
- 1 thìa cà phê muối biển thô
- 2 thìa nước Nước cốt của 1 quả chanh
- 2 muỗng canh rau mùi tươi xắt nhỏ

HƯỚNG DẪN:
a) Trong một chiếc chảo sâu và nặng, đun nóng dầu ở lửa vừa cao.
b) Thêm thì là, rau mùi và nghệ. Nấu cho đến khi hạt kêu xèo xèo, khoảng 30 giây.
c) Thêm bí, củ gừng, muối và nước. Nấu trong 2 phút và trộn đều.
d) Đậy chảo và giảm nhiệt xuống mức trung bình thấp. Nấu trong 8 phút.
e) Thêm nước cốt chanh và rau mùi. Ăn kèm với roti hoặc naan, hoặc làm như tôi, và phục vụ trên một chiếc bánh nướng xốp kiểu Anh nướng bên trên với những khoanh hành tây vàng hoặc đỏ thái lát mỏng.

77. Đậu bắp nứt nẻ

THÀNH PHẦN:
- 2 muỗng canh dầu
- 1 thìa cà phê hạt thì là
- 1 thìa cà phê bột nghệ
- 1 củ hành lớn màu vàng hoặc đỏ, bóc vỏ và cắt nhỏ
- 1 củ gừng gọt vỏ, bào sợi hoặc băm nhỏ
- 3 tép tỏi, bóc vỏ và cắt nhỏ, băm nhỏ hoặc xay nhuyễn
- 2 pound đậu bắp, rửa sạch, phơi khô, cắt nhỏ
- 1–2 quả ớt Thái, serrano hoặc ớt cayenne, cắt nhỏ
- ½ muỗng cà phê bột xoài
- 1 thìa cà phê bột ớt đỏ hoặc ớt cayenne
- 1 thìa cà phê garam masala
- 2 thìa cà phê muối biển thô

HƯỚNG DẪN:
a) Trong một chiếc chảo sâu và nặng, đun nóng dầu ở lửa vừa cao. Thêm thì là và nghệ. Nấu cho đến khi hạt bắt đầu kêu xèo xèo, khoảng 30 giây.

b) Thêm hành tây và nấu cho đến khi chín vàng, từ 2 đến 3 phút. Đây là một bước quan trọng đối với đậu bắp của tôi. Những miếng hành tây to, dai sẽ có màu nâu toàn thân và hơi caramen. Đây sẽ là cơ sở ngon miệng cho món ăn cuối cùng.

c) Thêm củ gừng và tỏi. Nấu trong 1 phút, thỉnh thoảng khuấy.

d) Thêm đậu bắp và nấu trong 2 phút, cho đến khi đậu bắp chuyển sang màu xanh tươi.

e) Thêm ớt, bột xoài, bột ớt đỏ, garam masala và muối. Nấu trong 2 phút, thỉnh thoảng khuấy.

f) Giảm nhiệt xuống thấp và che một phần chảo. Nấu trong 7 phút, thỉnh thoảng khuấy.

g) Tắt lửa và điều chỉnh nắp sao cho bao phủ toàn bộ nồi. Để yên trong 3 đến 5 phút để cho tất cả các hương vị được hấp thụ.

h) Trang trí với ngò và ăn kèm với cơm basmati màu nâu hoặc trắng, roti hoặc naan.

78.Súp xanh gia vị

THÀNH PHẦN:
- 2 muỗng canh dầu
- 1 thìa cà phê hạt thì là
- 2 lá quế
- 1 củ hành vàng vừa, bóc vỏ và cắt nhỏ
- 1 củ gừng gọt vỏ, bào sợi hoặc băm nhỏ
- 10 tép tỏi, bóc vỏ và băm nhỏ
- 1 củ khoai tây nhỏ, gọt vỏ và cắt nhỏ
- 1–2 quả ớt xanh Thái, serrano hoặc cayenne, cắt nhỏ
- 2 cốc (290 g) đậu Hà Lan, tươi hoặc đông lạnh
- 2 cốc (60 g) rau xanh cắt nhỏ đóng gói
- 6 cốc nước
- ½ cốc (8 g) ngò tươi cắt nhỏ
- 2 thìa cà phê muối biển thô
- ½ muỗng cà phê rau mùi đất
- ½ muỗng cà phê thì là rang
- Nước cốt của ½ quả chanh
- Bánh mì nướng, để trang trí

HƯỚNG DẪN:

a) Trong một nồi súp sâu và nặng, đun nóng dầu ở lửa vừa cao.
b) Thêm hạt thì là và lá quế vào rồi đun cho đến khi hạt kêu xèo xèo, khoảng 30 giây.
c) Thêm hành tây, củ gừng và tỏi. Nấu thêm 2 phút nữa, thỉnh thoảng trộn.
d) Thêm khoai tây và nấu thêm 2 phút nữa.
e) Thêm ớt, đậu Hà Lan và rau xanh. Nấu từ 1 đến 2 phút cho đến khi rau xanh héo.
f) Thêm nước. Đun sôi, giảm nhiệt và đun nhỏ lửa trong 5 phút.
g) Thêm rau mùi.
h) Loại bỏ lá quế hoặc lá nguyệt quế và trộn bằng máy xay ngâm.
i) Đổ súp vào nồi. Thêm muối, rau mùi và thì là xay. Đun sôi lại súp. Thêm nước cốt chanh.

79. Cà ri khoai tây, súp lơ và cà chua

THÀNH PHẦN:
- 2 củ khoai tây cỡ vừa, cắt thành khối
- 1 1/2 chén súp lơ, cắt thành bông hoa
- 3 quả cà chua r cắt thành miếng lớn
- 1 muỗng cà phê dầu
- 1 muỗng cà phê hạt mù tạt
- 1 thìa cà phê hạt thì là
- 5-6 lá cà ri
- Nhúm nghệ - tùy chọn
- 1 thìa cà phê gừng xay
- Lá rau mùi tươi
- Dừa tươi hoặc khô – thái sợi

HƯỚNG DẪN:

a) Đun nóng dầu rồi cho hạt mù tạt vào. Khi chúng nổ tung, thêm các loại gia vị còn lại và nấu trong 30 giây.

b) Cho súp lơ, cà chua và khoai tây cùng một ít nước vào, đậy nắp và đun nhỏ lửa, thỉnh thoảng khuấy đều cho đến khi chín. Thêm dừa, muối và lá rau mùi.

80. Súp đậu lăng gia vị

THÀNH PHẦN:
- 1 chén đậu lăng đỏ (masoor dal), rửa sạch và ngâm nước
- 1 củ hành tây, thái nhỏ
- 1 quả cà chua, xắt nhỏ
- 1 củ cà rốt, thái hạt lựu
- 1 cọng cần tây, xắt nhỏ
- 2 tép tỏi, băm nhỏ
- Gừng 1 inch, nạo
- 1 thìa cà phê hạt thì là
- 1 thìa cà phê bột nghệ
- 1 thìa cà phê bột rau mùi
- 1/2 muỗng cà phê bột ớt đỏ
- Muối để nếm
- 4 chén nước luộc rau hoặc gà
- Lá rau mùi tươi để trang trí

HƯỚNG DẪN:
a) Trong nồi, đun nóng dầu và thêm hạt thì là. Sau khi chúng bắn tung tóe, hãy thêm hành, tỏi và gừng cắt nhỏ.
b) Xào cho đến khi hành tây trong suốt thì cho cà chua xắt nhỏ, bột nghệ, bột rau mùi và bột ớt đỏ vào.
c) Thêm đậu lăng ngâm, cà rốt thái hạt lựu, cần tây và muối. Trộn đều.
d) Đổ nước dùng vào và đun sôi súp. Đun nhỏ lửa cho đến khi đậu lăng và rau củ mềm.
e) Trang trí với lá rau mùi tươi trước khi dùng.

81.Súp cà chua và thì là

THÀNH PHẦN:
- 4 quả cà chua lớn, xắt nhỏ
- 1 củ hành tây, xắt nhỏ
- 2 tép tỏi, băm nhỏ
- 1 thìa cà phê hạt thì là
- 1/2 muỗng cà phê bột ớt đỏ
- 1/2 thìa cà phê đường
- Muối để nếm
- 4 chén nước luộc rau
- Lá rau mùi tươi để trang trí

HƯỚNG DẪN:

a) Trong nồi, đun nóng dầu và thêm hạt thì là. Khi chúng bắn tung tóe, hãy thêm hành và tỏi cắt nhỏ.

b) Xào cho đến khi hành tây vàng đều thì cho cà chua xắt nhỏ, bột ớt đỏ, đường và muối vào.

c) Nấu cho đến khi cà chua mềm và giòn.

d) Đổ nước luộc rau vào và đun sôi súp.

e) Trang trí với lá rau mùi tươi trước khi dùng.

82. Súp bí ngô gia vị

THÀNH PHẦN:
- 2 chén bí ngô, thái hạt lựu
- 1 củ hành tây, xắt nhỏ
- 2 tép tỏi, băm nhỏ
- Gừng 1 inch, nạo
- 1 thìa cà phê hạt thì là
- 1/2 muỗng cà phê bột rau mùi
- 1/2 muỗng cà phê bột quế
- Nhúm hạt nhục đậu khấu
- Muối và hạt tiêu cho vừa ăn
- 4 chén nước luộc rau
- 1/2 cốc nước cốt dừa
- Rau mùi tươi để trang trí

HƯỚNG DẪN:

a) Trong nồi, đun nóng dầu và thêm hạt thì là. Sau khi chúng bắn tung tóe, hãy thêm hành, tỏi và gừng cắt nhỏ.

b) Xào cho đến khi hành tây trong suốt thì thêm bí ngô thái hạt lựu, bột rau mùi, bột quế, nhục đậu khấu, muối và tiêu.

c) Nấu trong vài phút, sau đó đổ nước luộc rau vào và đun nhỏ lửa cho đến khi bí ngô mềm.

d) Trộn súp cho đến khi mịn, cho vào nồi và khuấy đều với nước cốt dừa.

e) Trang trí với rau mùi tươi trước khi dùng.

83. Rasam cà chua cay

THÀNH PHẦN:
- 2 quả cà chua lớn, xắt nhỏ
- 1/2 chén chiết xuất me
- 1 muỗng cà phê hạt mù tạt
- 1 thìa cà phê hạt thì là
- 1/2 thìa cà phê tiêu đen
- 1/2 muỗng cà phê bột nghệ
- 1/2 thìa cà phê bột rasam
- Một nhúm asafoetida (hing)
- lá cà ri
- Lá rau mùi để trang trí
- Muối để nếm

HƯỚNG DẪN:
a) Trong nồi, đun nóng dầu và thêm hạt mù tạt. Sau khi chúng nổ tung, hãy thêm hạt thì là, hạt tiêu đen và lá cà ri.
b) Thêm cà chua xắt nhỏ, bột nghệ, bột rasam, asafoetida và muối. Nấu cho đến khi cà chua mềm.
c) Đổ chiết xuất me và đun sôi rasam. Đun nhỏ lửa trong vài phút.
d) Trang trí với lá rau mùi trước khi dùng.

84. Súp rau mùi và bạc hà

THÀNH PHẦN:
- 1 chén lá rau mùi tươi
- 1/2 chén lá bạc hà tươi
- 1 củ hành tây, xắt nhỏ
- 2 tép tỏi, băm nhỏ
- 1 thìa cà phê hạt thì là
- 1/2 muỗng cà phê bột rau mùi
- 1/2 thìa cà phê tiêu đen
- 4 chén nước luộc rau
- Muối để nếm
- Nêm chanh để phục vụ

HƯỚNG DẪN:

a) Trong nồi, đun nóng dầu và thêm hạt thì là. Khi chúng bắn tung tóe, hãy thêm hành và tỏi cắt nhỏ.

b) Xào cho đến khi hành tây trong suốt thì cho lá rau mùi tươi, lá bạc hà, bột rau mùi, tiêu đen và muối vào.

c) Nấu trong vài phút, sau đó đổ nước luộc rau vào và đun nhỏ lửa cho đến khi các loại thảo mộc mềm.

d) Trộn súp cho đến khi mịn, cho vào nồi và điều chỉnh gia vị nếu cần.

e) Ăn kèm với một vắt chanh.

85.Cà ri bí ngô với hạt cay

THÀNH PHẦN:
- 3 chén bí ngô – cắt thành miếng 1-2 cm
- 2 muỗng canh dầu
- ½ muỗng canh hạt mù tạt
- ½ muỗng canh hạt thì là
- Pinch asafetida
- 5-6 lá cà ri
- ¼ muỗng canh hạt cỏ cà ri
- 1/4 muỗng canh hạt thì là
- 1/2 muỗng canh gừng xay
- 1 muỗng canh bột me
- 2 muỗng canh - dừa khô, xay
- 2 thìa đậu phộng rang xay
- Muối và đường nâu hoặc đường thốt nốt cho vừa ăn
- Lá rau mùi tươi

HƯỚNG DẪN:

a) Đun nóng dầu và thêm hạt mù tạt. Khi chúng bật ra, thêm thì là, cây hồ đào, asafetida, gừng, lá cà ri và thì là. Nấu trong 30 giây.

b) Thêm bí ngô và muối. Thêm bột me hoặc nước có bã bên trong. Thêm đường thốt nốt hoặc đường nâu. Thêm dừa xay và bột đậu phộng. Nấu thêm vài phút nữa. Thêm rau mùi tươi xắt nhỏ.

86. Cà ri cá me

THÀNH PHẦN:
- 11/2 pound, cá trắng, cắt thành khối
- 3/4 thìa cà phê và 1/2 thìa cà phê bột nghệ
- 2 thìa cà phê bột me, ngâm trong 1/4 cốc nước nóng trong 10 phút
- 3 muỗng canh dầu thực vật
- 1/2 muỗng cà phê hạt mù tạt đen
- 1/4 thìa cà phê hạt cỏ cà ri
- 8 lá cà ri tươi
- hành tây lớn, băm nhỏ
- Ớt xanh Serrano, bỏ hạt và băm nhỏ
- cà chua nhỏ, xắt nhỏ
- 2 quả ớt đỏ khô, giã nhuyễn
- 1 muỗng cà phê hạt rau mùi, giã nhuyễn
- 1/2 chén dừa nạo sấy không đường
- Muối ăn, để nếm
- 1 ly nước

HƯỚNG DẪN:

a) Đặt cá vào tô. Chà đều với 3/4 thìa cà phê bột nghệ và để yên trong khoảng 10 phút. Rửa sạch và lau khô.

b) Lọc me và đặt chất lỏng sang một bên. Loại bỏ dư lượng.

c) Trong một cái chảo lớn, đun nóng dầu thực vật. Thêm hạt mù tạt và hạt cỏ cà ri. Khi chúng bắt đầu sủi bọt, thêm lá cà ri, hành tây và ớt xanh. Xào trong 7 đến 8 phút hoặc cho đến khi hành tây chín vàng.

d) Thêm cà chua và nấu thêm 8 phút nữa hoặc cho đến khi dầu bắt đầu tách ra khỏi các mặt của hỗn hợp. Thêm 1/2 thìa cà phê bột nghệ còn lại, ớt đỏ, hạt rau mùi, dừa và muối; trộn đều và nấu thêm 30 giây nữa.

e) Thêm nước và me đã lọc; đun sôi. Giảm nhiệt và thêm cá. Nấu ở nhiệt độ thấp trong 10 đến 15 phút hoặc cho đến khi cá chín hoàn toàn. Ăn nóng.

87. Cá hồi nấu cà ri vị nghệ tây

THÀNH PHẦN:
- 4 muỗng canh dầu thực vật
- 1 củ hành lớn, thái nhỏ
- thìa cà phê Gừng-Tỏi
- 1/2 muỗng cà phê bột ớt đỏ
- 1/4 thìa cà phê bột nghệ
- thìa cà phê bột rau mùi
- Muối ăn, để nếm
- 1 pound cá hồi, bỏ xương và hình khối
- 1/2 cốc sữa chua nguyên chất, đánh bông
- 1 thìa cà phê Saffron rang

HƯỚNG DẪN:

a) Trong một chảo chống dính lớn, đun nóng dầu thực vật. Thêm hành tây và xào trong 3 đến 4 phút hoặc cho đến khi trong suốt. Thêm bột gừng-tỏi và xào trong 1 phút.

b) Thêm bột ớt đỏ, nghệ, rau mùi và muối; trộn đều. Thêm cá hồi và xào trong 3 đến 4 phút. Thêm sữa chua và giảm nhiệt. Đun nhỏ lửa cho đến khi cá hồi chín. Thêm nghệ tây và trộn đều. Nấu trong 1 phút. Ăn nóng.

88. cà ri đậu bắp

THÀNH PHẦN:
- 250g đậu bắp (ngón tay phụ nữ) – cắt thành miếng 1 cm
- 2 muỗng canh gừng xay
- 1 muỗng canh hạt mù tạt
- 1/2 muỗng canh hạt thì là
- 2 muỗng canh dầu
- Muối để nếm
- Pinch asafetida
- 2-3 muỗng canh bột đậu phộng rang
- Lá rau mùi

HƯỚNG DẪN:
a) Đun nóng dầu và thêm hạt mù tạt. Khi chúng bật lên, thêm thì là, asafetida và gừng. Nấu trong 30 giây.
b) Thêm đậu bắp và muối và khuấy cho đến khi chín. Thêm bột đậu phộng, nấu thêm 30 giây nữa.
c) Ăn kèm với lá rau mùi.

89. Cà ri dừa rau củ

THÀNH PHẦN:
- 2 củ khoai tây cỡ vừa, cắt thành khối
- 1 1/2 chén súp lơ – cắt thành bông hoa
- 3 quả cà chua r cắt thành miếng lớn
- 1 muỗng canh dầu
- 1 muỗng canh hạt mù tạt
- 1 muỗng canh hạt thì là
- 5-6 lá cà ri
- Nhúm nghệ - tùy chọn
- 1 muỗng canh gừng xay
- Lá rau mùi tươi
- Muối để nếm
- Dừa tươi hoặc khô – thái sợi

HƯỚNG DẪN:

a) Đun nóng dầu rồi cho hạt mù tạt vào. Khi chúng nổ tung, thêm các loại gia vị còn lại và nấu trong 30 giây.

b) Cho súp lơ, cà chua và khoai tây cùng một ít nước vào, đậy nắp và đun nhỏ lửa, thỉnh thoảng khuấy đều cho đến khi chín. Sẽ còn lại một ít chất lỏng. Nếu bạn muốn cà ri khô thì hãy chiên trong vài phút cho đến khi nước bay hơi hết.

c) Thêm dừa, muối và lá rau mùi.

90. cà ri bắp cải

THÀNH PHẦN:
- 3 chén bắp cải - thái nhỏ
- 1 muỗng cà phê dầu
- 1 muỗng cà phê hạt mù tạt
- 1 thìa cà phê hạt thì là
- 4-5 lá cà ri
- Nhúm nghệ r tùy ý
- 1 thìa cà phê gừng xay
- Lá rau mùi tươi
- Muối để nếm
- Tùy chọn – ½ chén đậu xanh

HƯỚNG DẪN:

a) Đun nóng dầu rồi cho hạt mù tạt vào. Khi chúng nổ tung, thêm các loại gia vị còn lại và nấu trong 30 giây.

b) Thêm bắp cải và các loại rau khác nếu sử dụng, thỉnh thoảng khuấy cho đến khi chín kỹ. Nếu cần có thể thêm nước.

c) Thêm muối vừa ăn và lá ngò.

91. cà ri súp lơ

THÀNH PHẦN:
- 3 chén súp lơ – cắt thành bông hoa
- 2 quả cà chua - xắt nhỏ
- 1 muỗng cà phê dầu
- 1 muỗng cà phê hạt mù tạt
- 1 thìa cà phê hạt thì là
- Một nhúm nghệ
- 1 thìa cà phê gừng xay
- Lá rau mùi tươi
- Muối để nếm
- Dừa tươi hoặc khô – bào sợi

HƯỚNG DẪN:

a) Đun nóng dầu rồi cho hạt mù tạt vào. Khi chúng nổ tung, thêm các loại gia vị còn lại và nấu trong 30 giây. Nếu sử dụng, hãy thêm cà chua vào thời điểm này và nấu trong 5 phút.

b) Thêm súp lơ và một ít nước vào, đậy nắp và đun nhỏ lửa, thỉnh thoảng khuấy cho đến khi chín kỹ. Nếu muốn cà ri khô hơn thì trong vài phút cuối hãy mở nắp và chiên. Thêm dừa vào vài phút cuối cùng.

92.Cà ri súp lơ và khoai tây

THÀNH PHẦN:
- 2 chén súp lơ – cắt thành bông hoa
- 2 củ khoai tây cỡ vừa, cắt thành khối
- 1 muỗng cà phê dầu
- 1 muỗng cà phê hạt mù tạt
- 1 thìa cà phê hạt thì là
- 5-6 lá cà ri
- Nhúm nghệ - tùy chọn
- 1 thìa cà phê gừng xay
- Lá rau mùi tươi
- Muối để nếm
- Dừa tươi hoặc khô – thái sợi
- Nước chanh - để nếm thử

HƯỚNG DẪN:

a) Đun nóng dầu rồi cho hạt mù tạt vào. Khi chúng nổ tung, thêm các loại gia vị còn lại và nấu trong 30 giây.

b) Cho súp lơ và khoai tây cùng một ít nước vào, đậy nắp và đun nhỏ lửa, thỉnh thoảng khuấy cho đến khi gần chín.

c) Mở nắp và chiên cho đến khi rau chín và nước bay hơi hết.

d) Thêm dừa, muối, lá rau mùi và nước cốt chanh.

93. cà ri bí ngô

THÀNH PHẦN:
- 3 chén bí ngô – cắt thành miếng 1-2 cm
- 2 muỗng cà phê dầu
- ½ muỗng cà phê hạt mù tạt
- ½ muỗng cà phê hạt thì là
- Pinch asafetida
- 5-6 lá cà ri
- ¼ thìa cà phê hạt cỏ cà ri
- 1/4 muỗng cà phê hạt thì là
- 1/2 thìa cà phê gừng xay
- 1 thìa cà phê bột me
- 2 muỗng canh - dừa khô, xay
- 2 thìa đậu phộng rang xay
- Muối và đường nâu hoặc đường thốt nốt cho vừa ăn
- Lá rau mùi tươi

HƯỚNG DẪN:
a) Đun nóng dầu và thêm hạt mù tạt. Khi chúng bật ra, thêm thì là, cây hồ đào, asafetida, gừng, lá cà ri và thì là. Nấu trong 30 giây.
b) Thêm bí ngô và muối.
c) Thêm bột me hoặc nước có bã bên trong. Thêm đường thốt nốt hoặc đường nâu.
d) Thêm dừa xay và bột đậu phộng. Nấu thêm vài phút nữa.
e) Thêm rau mùi tươi xắt nhỏ.

94.Rau xào

THÀNH PHẦN:
- 3 chén rau xắt nhỏ
- 2 thìa cà phê gừng xay
- 1 muỗng cà phê dầu
- ¼ thìa cà phê asafetida
- 1 muỗng canh nước tương
- Thảo dược tươi

HƯỚNG DẪN:

a) Làm nóng dầu trong một cái chảo. Thêm asafetida và gừng. Chiên trong 30 giây.

b) Thêm các loại rau cần nấu lâu nhất như khoai tây, cà rốt. Chiên trong một phút rồi thêm một ít nước, đậy nắp và đun nhỏ lửa cho đến khi chín một nửa.

c) Thêm các loại rau còn lại như cà chua, ngô ngọt và ớt xanh vào. Thêm nước tương, đường và muối. Đậy nắp và đun nhỏ lửa cho đến khi gần chín.

d) Mở nắp và chiên thêm vài phút nữa.

e) Thêm các loại thảo mộc tươi và để vài phút cho các loại thảo mộc hòa quyện với rau.

95.cà ri cà chua

THÀNH PHẦN:
- 250g cà chua - cắt thành miếng 1 inch
- 1 muỗng cà phê dầu
- ½ muỗng cà phê hạt mù tạt
- ½ muỗng cà phê hạt thì là
- 4-5 lá cà ri
- Một nhúm nghệ
- Pinch asafetida
- 1 thìa cà phê gừng xay
- 1 củ khoai tây – nấu chín và nghiền – tùy chọn – để làm đặc
- 1 đến 2 muỗng canh bột đậu phộng rang
- 1 muỗng canh dừa khô - tùy chọn
- Đường và muối cho vừa ăn
- Lá rau mùi

HƯỚNG DẪN:
a) Đun nóng dầu và thêm hạt mù tạt. Khi chúng nổ, thêm thì là, lá cà ri, nghệ, asafetida và gừng. Nấu trong 30 giây.
b) Thêm cà chua và thỉnh thoảng khuấy cho đến khi chín. Có thể thêm nước để cà ri lỏng hơn.
c) Thêm bột đậu phộng rang, đường, muối và dừa nếu dùng, cùng với khoai tây nghiền. Nấu thêm một phút nữa. Ăn kèm với lá rau mùi tươi.

96. Cà ri bầu trắng

THÀNH PHẦN:

- 250 g bí đao trắng
- 1 muỗng cà phê dầu
- ½ muỗng cà phê hạt mù tạt
- ½ muỗng cà phê hạt thì là
- 4-5 lá cà ri
- Một nhúm nghệ
- Pinch asafetida
- 1 thìa cà phê gừng xay
- 1 đến 2 muỗng canh bột đậu phộng rang
- Đường nâu và muối cho vừa ăn

HƯỚNG DẪN:

a) Đun nóng dầu và thêm hạt mù tạt. Khi chúng nổ, thêm thì là, lá cà ri, nghệ, asafetida và gừng. Nấu trong 30 giây.

b) Cho bí trắng, một ít nước vào, đậy nắp, đun nhỏ lửa, thỉnh thoảng khuấy đều cho đến khi chín.

c) Thêm bột đậu phộng rang, đường và muối vào nấu thêm một phút nữa.

97. Cà ri đậu lăng và rau củ trộn

THÀNH PHẦN:
- ¼ cốc toor hoặc mung dal
- ½ chén rau – thái lát
- 1 ly nước
- 2 muỗng cà phê dầu
- ½ muỗng cà phê hạt thì là
- ½ muỗng cà phê gừng xay
- 5-6 lá cà ri
- 2 quả cà chua - xắt nhỏ
- chanh hoặc me tùy khẩu vị
- Đường thốt nốt để nếm thử
- ½ muối hoặc tùy theo khẩu vị
- Sambhar Masala
- Lá rau mùi
- Dừa tươi hoặc khô

HƯỚNG DẪN:

a) Đun sôi toor dal và rau trong nồi áp suất 15-20 phút (1 tiếng còi) hoặc trong nồi.

b) Trong một chảo riêng, đun nóng dầu rồi cho hạt thì là, gừng và lá cà ri vào. Thêm cà chua và nấu 3-4 phút.

c) Thêm hỗn hợp sambhar masala và hỗn hợp rau dal.

d) Đun sôi trong một phút rồi thêm me hoặc chanh, đường thốt nốt và muối. Đun thêm 2-3 phút nữa. Trang trí với dừa và rau mùi

98. Nước Dứa-Gừng

THÀNH PHẦN:
- 2 cốc dứa
- Miếng gừng địa phương 1 inch, nạo
- 1 ly nước
- Nước ép 1 quả chanh
- Mật ong hoặc chất làm ngọt tùy theo sở thích
- Khối nước đá

HƯỚNG DẪN

a) Trong máy xay sinh tố, kết hợp các miếng dứa, gừng nghiền, nước, nước cốt chanh và mật ong.
b) Trộn cho đến khi mịn và kết hợp tốt.
c) Nếm thử và điều chỉnh độ ngọt, độ chua theo ý muốn.
d) Đổ đá viên vào ly và đổ nước dứa-gừng lên trên đá.
e) Khuấy nhẹ nhàng và để nguội trong vài phút.
f) Phục vụ nước ép dứa-gừng lạnh để có một thức uống sảng khoái và thơm ngon.

99. Nước ép chanh dây

THÀNH PHẦN:
- 8-10 quả chanh dây chín
- 4 cốc nước
- Đường hoặc mật ong tùy khẩu vị
- Khối nước đá

HƯỚNG DẪN

a) Cắt đôi quả chanh dây và múc phần bã cho vào máy xay.
b) Thêm nước vào máy xay.
c) Trộn ở tốc độ cao trong vài giây cho đến khi bột giấy và nước được trộn đều.
d) Lọc nước ép vào bình để loại bỏ hạt.
e) Thêm đường hoặc mật ong cho vừa ăn và khuấy đều cho đến khi hòa tan.
f) Đổ đá viên vào ly và đổ nước ép chanh dây lên trên đá.
g) Khuấy nhẹ nhàng và để nguội trong vài phút.
h) Phục vụ nước ép chanh dây lạnh và thưởng thức hương vị nhiệt đới và thơm của nó.

100.cá rô phi chiên

THÀNH PHẦN:
- 2 con cá rô phi cỡ vừa, làm sạch và đánh vảy
- 1 thìa cà phê bột nghệ
- 1 thìa cà phê ớt bột
- 1 thìa cà phê thì là xay
- 1 thìa cà phê rau mùi đất
- 1 thìa cà phê bột tỏi
- 1 thìa cà phê bột gừng
- 1 muỗng cà phê muối, hoặc nếm thử
- Dầu thực vật để chiên
- Nêm chanh để phục vụ
- Lá rau mùi tươi để trang trí (tùy chọn)

HƯỚNG DẪN

a) Rửa sạch cá rô phi dưới nước lạnh và lau khô bằng khăn giấy.
b) Trong một bát nhỏ, trộn bột nghệ, ớt bột, thì là, rau mùi xay, bột tỏi, bột gừng và muối để tạo thành hỗn hợp gia vị.
c) Xoa hỗn hợp gia vị lên khắp cá rô phi, đảm bảo hỗn hợp gia vị bao phủ cả hai mặt và thấm vào các vết cắt trên cá để hương vị thấm sâu hơn. Để cá ướp khoảng 15-30 phút cho thấm gia vị.
d) Đun nóng dầu thực vật trong chảo rán lớn hoặc chảo trên lửa vừa cao.
e) Khi dầu nóng, cẩn thận đặt từng con cá rô phi đã ướp vào chảo. Hãy thận trọng để tránh làm chảo quá đông.
f) Chiên cá khoảng 4-5 phút mỗi mặt hoặc cho đến khi cá chuyển sang màu nâu vàng và chín đều. Thời gian nấu có thể thay đổi tùy theo kích cỡ và độ dày của cá.
g) Sau khi cá chín, vớt cá ra đĩa và để ráo trên đĩa có lót sẵn khăn giấy để loại bỏ dầu thừa.
h) Lặp lại quy trình với số cá còn lại, thêm dầu vào chảo nếu cần.
i) Vắt một ít nước cốt chanh tươi lên cá trước khi dùng để tăng thêm vị thơm. Trang trí với lá rau mùi tươi, nếu muốn.

PHẦN KẾT LUẬN

Khi chúng tôi kết thúc hành trình đầy hương vị của mình thông qua " Sách Nấu Ăn Hòn Đảo Tuyệt Vời", chúng tôi hy vọng bạn đã trải nghiệm sự kỳ diệu và đa dạng của ẩm thực đảo trong sự thoải mái ngay trong căn bếp của chính mình. Mỗi công thức trong các trang này là sự tôn vinh tấm thảm hương vị phong phú đặc trưng của các hòn đảo ở Ấn Độ Dương, Đại Tây Dương và Thái Bình Dương—một sự tôn vinh truyền thống ẩm thực độc đáo, các nguyên liệu sống động và sự hào phóng của biển cả.

Cho dù bạn đang thưởng thức vị ấm áp của món cà ri dừa, thưởng thức sự tươi ngon của hải sản nướng hay thích thú với vị ngọt của món tráng miệng trái cây nhiệt đới, chúng tôi tin rằng 100 công thức nấu ăn này sẽ đưa bạn đến trung tâm cuộc sống trên đảo. Ngoài các nguyên liệu và kỹ thuật, cầu mong tinh thần sống trên đảo sẽ đọng lại trong nhà bếp của bạn, truyền cảm hứng cho bạn để truyền vào bữa ăn của mình những hương vị, truyền thống và tinh thần vui vẻ đã tạo nên trải nghiệm ẩm thực này.

Khi bạn tiếp tục khám phá thế giới ẩm thực đa dạng của hòn đảo, mong rằng " Sách Nấu Ăn Hòn Đảo Tuyệt Vời " sẽ là người bạn đồng hành, hướng dẫn bạn qua các hòn đảo ở Ấn Độ Dương, Đại Tây Dương và Thái Bình Dương, đồng thời mang đến hương vị kho tàng ẩm thực mà mỗi khu vực mang lại. Đây là để thưởng thức hương vị sôi động và độc đáo của cuộc sống trên đảo—thích ăn ngon miệng!

www.ingramcontent.com/pod-product-compliance
Lightning Source LLC
Chambersburg PA
CBHW071826110526
44591CB00011B/1239